காதலோடு
கவிப்பயணம்

ச.பரணிதரன்

புக் வெஞ்சர்ஸ்

காதலோடு கவிபயணம்
ஆசிரியர் © **ச.பரணிதரன்**

முதற்பதிப்பு 2021
பக்கங்கள் 168

Published by Book Benchers 2021

ISBN 978-93-5533-276-9

ThebookBenchers@gmail.com
Contact 9944992571

Affliateded By
Aelay Publish
www.aelaypublish.com

பரணிதரன்

முகவணை

அன்பு வாசகர்களுக்கு என் பணிவான வணக்கங்கள்,

முதலில் , எனக்கு "காதலோடு கவிபயணம்" புத்தகத்தைத் தொகுப்பிக்க வாய்ப்பு அளித்த BOOK BENCHERS யிற்கும் , புத்தகத்தைத் தொகுப்பிக்க எனக்கு உதவியாய் இருந்த அக்காள் அபிதா (ழஞுங - கலாம் நேசகி) அவர்களுக்கும் , இப்புத்தகத்தில் சிறப்புமிக்க கவிதைகளை நிரப்பிய என் இனிய இணை எழுத்தாளர்களுககும் எனது நெஞ்சார்ந்த நன்றிகள்.

உலகம் சுழல்வது அன்புள்ள நெஞ்சங்கள் இருப்பதால் தான் என்பதை நாம் அடிக்கடி கேட்டதுண்டு. அன்புள்ள நெஞ்சங்களுக்கு அன்பு கொண்ட இணை எழுத்தாளர்கள் எழுதிய கவிதைகளே இப்புத்தக தொகுப்பு. இப்புத்தகத்தில் , இணை எழுத்தாளர்கள் ஒவ்வொருவரும் அவர்களது காதலையும் அன்பினையும் அழகுற கவிதையினால் வெளிப்படுத்தியுள்ளனர். தொகுப்பாளர் என்ற வகையில் , நானும் இப்புத்தகத்தை வாசகர்களாகிய உங்களுக்கு பிடிக்கும் வகையில் வடிவமைத்துள்ளேன்.மேலும் , இப்புத்தகத்தில் வெளிவந்த கவிதைகள் யாவும் இதுவரை வேறு எந்த புத்தகத்திலோ வலைதளங்களிலோ வெளிவராதவை.

காதலில் தோன்றும் அனைத்து நிகழ்வுகளும் சமயங்களும் எளிமையோடும் எதார்த்ததோடும் இப்புத்தகத்தில் கூறப்பட்டுள்ளது. வாசகர்களுக்கு எளிதில் விளங்கும் வகையிலும் இப்புத்தகம் அமைந்திருக்கும் என நம்புகிறேன். ஊடல் வழியான

கவிதைகளும் உள்ளத்துவழி கூறினால் அன்பும் காதல்தான் என்பதை இப்புத்தகத்தில் நீங்கள் அறியலாம்.

புத்தகத்தை படித்து மகிழுங்கள் ; உங்களால் இயன்ற வரை இந்த உலகத்தாரோடு உண்மையான அன்பினை பகிருங்கள் ; ஏனெனில் அதுவே வாழ்க்கையை அமைதியுடனும் மகிழ்ச்சியுடனும் நகர்த்திச் செல்லும்.

உங்கள் எழுத்துக்கள் உலகத்தோடு பேசட்டும்

-ச.பரணிதரன்

சமர்ப்பணம்

காதல் என்றால் அன்பு என்பது நன்பொருள். இக்கவிதைகள் முழுதும் இணை எழுத்தாளர்கள் அவர்களது அன்புடையோருக்கு சமர்பணம் செய்துள்ளனர். காதல் கொண்டதை வெளிப்படுத்தும் சிலர் , காதல் உணர்வுகளை கூறும் பலர் என கவிதையால் இப்புத்தகம் அலங்கரிக்கப்பட்டுள்ளது. அன்புகள் நிறைந்த வாசகர் நெஞ்சங்களுக்கும் , வாசகர்களின் அன்புடையார் நெஞ்சங்களுக்கும் இப்புத்தகம் எங்கள் "**காதலோடு கவிபயணம்**" குழுவின் சார்பாக சமர்ப்பணம்.

சிறப்புப் பாயிரம் (தொகுப்பாளரைப் பற்றி)

You have always been the brightest student of my class. I wish to appreciate the sincerity, dedication and commitment of each one of you to perform with excellence in your studies. You all have proven your skills and talents. My heartfelt appreciations to you all and keep up the spirit.

-D.Ramravivarma, M.A, B.Ed, D.T.Ed.

First of all, I'd like to express my heartiest congratulations for your excellent work. You worked hard and your thoughtfulness leads a wonderful success .I am wishing you to reach more heights. I know this is your passion and I always pray for you to keep this one as constant. Really, Happy for you man! God bless you.

-**A.K.Gurupriya, BE(ECE)**

உள்ளத்து உள்ளது கவிதை ;

உண்மை தான்

உள்ளத்து உணர்வை வெளிப்படுத்தும் மொழியே கவிதை ;

மகிழ்வாயினும் சோகமாயினும் ஒவ்வொருவரும் வெளிப்படுத்த ஒரு வடிவம் இருக்கும் ;

கவிஞன் வெளிப்படுத்த வரி வடிவமே துணை நிற்கும்.

எதுகை மோனை சிம்மாசனம் இன்றி இயல்பாய் இனிமையாய் சொற்கருத்தைக் கவின் மிக்க நற்கருத்தாக உறவின் மொழியாக உன்னதத் தேன் துளியாக கண்ணும் கருத்தும் பருக விருந்தளித்தவரே ! பரணிதரண் சகோதரா தமிழ்க் கவி உலகில் தரணிஆளும் தனித்துவ நாள்மீனாகத் திகழ நல்வாழ்த்துக்கள்.

அன்புடன்

இரா.கனகராஜ்

உதவிப் பேராசிரியர் , தமிழ்த் துறை டாக்டர் , சாகிர் உசேன் கல்லூரி , இளையான்குடி.

என்னை பற்றி...

என் பெயர் பரணிதரன். கள்ளக்குறிச்சி மாவட்டம் திருக்கோவிலூர் வட்டம் மேமாளூர் கிராமத்தில் வசித்து வருகிறேன். மக்களிடையே உண்மையான பாசத்தையும் நேசத்தையும் தேடி அலைபவன். காதலின் நிகழ்வுகளை தனிமையோடு என் மனதிரையில் ஒளி செய்து காண்பதில் மகிழ்ச்சி கொள்பவன். தகப்பன் சம்பத் அவர்களின் தங்கமகனாகவும் தாயார் இளமதி அவர்களின் அன்பு பொக்கிஷமாகவும் வளர்ந்து வருபவன் , நான். சின்னஞ்சிறு கிண்டல்களும் அன்பு சண்டைகளும் குடும்பத்தினருடன் புரிவதில் காதலைக்கொண்டவன். சென்னையில் உள்ள, பனிமலர் பொறியியற் கல்லூரியில் இரண்டாம் ஆண்டு (2021-2022) கணினி மற்றும் தகவல் தொடர்பு பொறியியல் பயின்று வருகிறேன். திரும்பும் திசை எங்கும் போலியர் கூட்டம் என்றாலும் மற்றவரின் கண்ணில் மகிழ்ச்சி காண்பதில் எனக்கொரு தனிபோதை.

எனது பத்தாம் வகுப்பு ஆங்கில ஆசான் பெயர் இராம்ரவிவர்மா. அவர் எனக்கு கற்றுக்கொடுத்தவை ஏரலாம். அவரின் வழியில் நடக்க ஆசை கொண்ட நான் , அவர் பெயரையே எனது புனைப்பெயராக வைத்து க் கொண்டேன் , "இரவிவர்மா".
கள்ளக்குறிச்சி மாவட்டம் இரிஷிவந்தியம் ஊராட்சியில் வாழ்ந்து கொண்டிருக்கும் என் ஆசானின் பெயரை இந்த இடத்தில் பதிவு செய்வதில் பெருமகிழ்ச்சி கொள்கிறேன். இலக்குகளை நோக்கி ஓடிக்கொண்டிருக்கும் என்னை தடுக்க காத்திருக்கும் பலருக்கு எனது கர்வ சிரிப்பினில் விடை கொடுத்திட காத்திருக்கும் , நான்.

- பரணிதரன்சம்பத்

பரணிதரன்

ஓலங்கீற்று முதல் ஓலபாய் வரை

இறுக்கிக் கட்டப்பட்ட ஓலை நடுவினில்
இறுகாமல் என் உடைகள் தளர்ந்து இருந்தது!
நெடுஉயர்ந்த உருவமொன்று அதன் கண்வழியில்
என் உடலுக்கு வெப்பம்தந்து வியர்வையில்
ஆழ்த்தியது!

என்உடல் முழுதும் அக்கண்களுக்கு
விருந்தெனப்பட்டது
அதுஎன்னை வெட்கத்திலும் தள்ளிவிட்டது!
அக்கண்கள் கூறியது ;
என் ஆசை அக்காள் மகளே!
மிட்டாய் தின்று நன்றி கூற மாமன் கண்ணத்தில்
முத்தமிட்டாய் செல்லமாய் ,
இன்று உன் கண்ணம்
சிவந்திருப்பது என் இதழ்கள் ருசித்திடத்தானோ?
பாவாடை சட்டையணிந்து ஊர்விழாவில் என்
கைக்கோர்த்து சுற்றி திரிந்த வேளை போதும் ,
மணமேடை பந்தலில் கைகோர்த்து வாழ்க்கை
தொடர்வோம் வா என சொல்லும் உன் கண்களுக்கு ,
இவ்வோலையைப் பிரித்து பதில் கூற ஆசைதான் ,
என் மனமும் என் உடலும் உனதே அல்லவா?
பின்பு சம்மதம் வேண்டுமோ சம்சாரமாய்
ஏற்பதற்கு? எனது இளங்கொடியே!

மாமனுக்கு மறுமொழி ;
தலைவாரி பூச்சூடி உனை இன்பத்தில் ஆழ்த்தும்
காலம் இனிதே தொடக்கமடா!
என் ஆசை கொஞ்சாலனே!
ஊர் அறிய இனி ஊடல் நடத்தலாம் கல்யாண
பேச்சை இனி வைபோகம் ஆக்கலாம்.
என்னை மறைந்து நின்று பார்க்கும் உன்
கண்களுக்கு பசிதீர சோறு போட்டு என்

காதலோடு கவிபயணம்

முந்தானையின் வழி பதில் சொல்லிட எனக்கும்
ஆசைதான் ,
எவ்வழி சொல்வேனடா என் மயிர் நீ பார்த்த
பார்வையிலே சிலிர்த்துபோனதென்று!
என் காதல் மன்னவனே!

அக்காள் மகளுக்கு மறுமொழி மொழிப்பது ;
உன் உடல் கொஞ்சம் அழகுதான் அந்த இடை
செய்யும் நெளிவு தான் எனை மயக்கும் போதையடி !
இதற்கு என் காதல் ஒன்று போதுமோ?
உன்னோடு வாழ்வு புரிய இன்னும் வேறென்ன
வேண்டுமோ?
உனது உதடருகே குடியிருக்கும் மச்சத்திற்கு இந்த
மாமன் பதில் கூற காத்திருக்கிறேன் ;
எப்போது விடை அளிக்க கூறடி என் காதல் கிளியே!

ஆசை மச்சானுக்கு இறுதிமொழி ;
வரவு எட்டணா வந்தாலும் என் மடி உனக்கென்றும்
உரிமைதான்
உன் மனம் கலங்காமலிருக்க என் காதலையும் உன்
உடல் அழகிற்கு எனது முழுவதையும்

கொடுத்திடத்தானே உனை நினைத்து வாழ்கிறேன்!
மணமேடை முடியட்டும், ஓலைகீற்றும் மறையட்டும்
சந்திரனுக்கு திரையிட்டு ஓலைப்பாயில் விடை
தந்திட முறைதானே , என்னவா!
நம் காதலோடு பயணத்தை தொடங்க நானும்
காத்திகிடக்கிறேனடா,
என் ஆசை அத்தானே !

-பரணிதரன்.ச

(ரவிவர்மா)

காதலித்து பார்

காற்றை
காதலித்து பார்!
அவை உன் சுவாசத்தோடு கதை திடும்!
மலர்களை
காதலித்து பார்!
மணம் வீசி
உன் மனதை
கவர்ந்திடும்!
மழையை
காதலித்து பார்!
நின்னை ஈரப்படுத்தி
இன்பத்தில் ஆழ்த்திடும்!
மண்ணை
காதலித்து பார்!
உன் மேனிக்கு
குறுதி சட்டையை
பரிஸ் அளித்திடும்!
பறவையை
காதலித்து பார்!
இன்னிசை கச்சேரி
இனிதே துவங்கி விடும்!
இயற்கை
காதலித்துப் பார்!
ஈடில்லா ரசனையை உன் மனம் உணர்ந்திடும்!
கை வளவி பூட்டிய பெண்ணை
காதலித்து பார்!
உன் பேனாவின்
மையினுள் கவிதை
குடி பெயர்ந்து விடும்!
ஒப்பனை இல்லாத ஓவியமாய் திகழும் ஆண்
மனதை காதலித்து பார்!

காதலோடு கவிபயணம்

அவன் அன்பைவிட அகிலம் சிறியது என மனம்
சொல்லிவிடும்!
மழலையை
காதலித்துப் பார்!
கொண்டாட்டம் எல்லாம் தப்பாட்டம் போடத்
துவங்கிடும்!
வறுமையை
காதலித்து பார்!
வெற்றுக் காகிதங்கள் கூட வீரமான கருத்துக்களால்
நிரப்பப்படும்!
முதுமையை
காதலித்து பார்!
முடிவும் முதலென துவங்கிடும்!
உன்னை நீயே காதலித்து பார்!
உலகம் உன்
வசப்படும்!
அதனால்தான் சொல்கிறேன் வாழ்வில் ஒரு
முறையேனும் காதலித்துப் பார்!!! காதலித்துப் பார்!
காதலித்துப் பார்!

-யாமினி

காதல் மழை

கவிமழையென வாராயோ
காதல் மழையை தாராயோ
என்னை கவிஞனாக மாற்றிய காரிகையே
வாராயோ
என் காதல் ஆழத்தில் நீந்திட வாராயோ
உன் ஓர விழி பார்வையில்
என்னை சிறை பிடிக்க வாராயோ
என் இதமான இருக்கத்தில் சிக்கி தவித்திட
வாராயோ
என் கற்பனையின் மூலப் பொருளே
என் கவியின் வர்ணனையே
என் கண்மனியே காதல் மழையென வாராயோ

-பிரியா

மழலையின் அன்பு

என் இன்பத்தின் மறு உருவமாய் திகழ்பவளே.
ஆயிரம் கவலைகளுக்கு பின் ஆறுதல் என்று ஒன்று இருந்தால்.
அது உந்தன் புன்னகை மலரும் முகத்தில் மட்டுமே காண்கிறேன்.
உந்தன் கரம் பிடித்து நடக்கின்ற போது மட்டும் ஏனோ உலகமே புதுமை கொள்கிறது எந்தன் வாழ்வில்.
வார்த்தைகள் அற்ற உந்தன் மௌனம் கூறும் ஆயிரம் அன்பின் மொழிகளை.
ஒப்பனை அற்ற உந்தன் புன்னை காட்டும் என் மீதான உன் ஒப்பற்ற காதலை.
உந்தன் பிடிவாதங்களின் முன்பும் அழகிய சினுங்களின் முன்பும் மட்டும் தோற்றுப்போகிறது எந்தன் கோபம்
ஏனோ எந்தன் விழி ஓரம் காணும் ஈரம் உந்தன் இதழோரம் பூக்கும் புன்னகை முன் தோற்றுப் போகிறது ஒவ்வொரு முறையும்.

-ரேவதி பால்மாணிக்கம்

காதலை காதலாய் காதலிப்போம்

காதல் கடக்க முடியாத சாபமான வரம்.
வரைமுறையா, இலக்கணமா?
காதலுக்கு வகுக்க முடியாவிடினும் எது காதல் என்ற
வினாவிற்கு விடை தேடலாம்.
கண் சிமிட்டும் நேரம்
வந்து செல்லும் மின்னலா காதல்.
கருத்தூன்றி யோசிக்க வைக்கும் ஆழ் பொருளே
காதல்.
கட்டிலறை கலவியிலே முடிவதுவா காதல்.
கல்லறை வரை கைபிடித்து நடப்பதுவே காதல்.
நானா நீயா என்ற போட்டியா காதல்.
நாமென்ற சொல்லின் அர்த்தமே காதல்.
துணையை மட்டும் நேசிக்கும் சுயநலமா காதல்.
அவள் சுற்றத்தையும் நேசிக்கும் பொது நலமே
காதல்.
இன்பத்தை சுமக்கும் இன்னிசையா காதல்.
துன்பத்தையும் பகிரும் தூய உணர்வே காதல்.
பூங்காவிலும் திரையரங்கிலும்
காட்சிப் பொருளா காதல்.
சமூகத்தின் நெறிமுறைகளை மதிப்பதுவே காதல்.
வாட்ஸ்அப்பின் வாசல்களில்
தோரணம் கட்டுவதா காதல்.
வாழும் வரை கூட வரும்
துணைக்கான தேடலே காதல்.
ஆதலால் காதலிப்போம்.
காதலை காதலாய் காதலிப்போம்.

-கை.பிரியா

காதல் நீரோட்டம்

எட்டுத்திக்குகளிலெள உன்முகம்
நினைவிலும் நிஜத்திலும்
சொல்லொண்ணாக் காதலது
உனக்கு சொல்லிவிட ஆசை
சொன்னால் போதுமா? - சொற்களிலும்
வடிக்கிறேன் - காதல் வரிகளால்
இனியவள் - என் இதயமவள்
அன்பே அவளால் தான் - ஆதலால்
ஒரு காதல் - அவளிடம்
பார்த்த நாளாய் - ஒரு
பதைபதைப்பு - பக்குவமாய்
சொல்லிவிட
பைத்தியக்காரனாய் - நான்
வைத்தியம் செய்தாய்
வனப்பூட்டும் விழிகளால்
என் மனதில் எண்ணமெல்லாம் திடம்
கொண்டேன் - என் காதல்
உன்னிடம் சொல்ல - ஏதடி வார்த்தை
உள்ளுக்குள் போராட்டம் - நம்
விழிகளுக்குள் காதல்
நீரோட்டம்
வண்ண வண்ணப் பூக்களெல்லாம்
வாசனையிலும் தோற்கும்
கொள்ளை அழகு - கொல்லுதே
உன் விழியழகு
உணர்வினை உருட்டி - ஒருமுறை
உதட்டில் வைத்தேன்
விழிகளால் விருந்து தந்தாய்
விருந்தோடு முடிந்ததா? - இல்லை
தொடர்ந்தது என் தொல்லை
நம் காதல் - மறந்திட முடியா
மற்றுமொரு காதல் காவியம்

எம் காதல் - இனி
நம் காதல்!
கொடுந்தானை அழகி - எனை
கொள்ளையிட்டாய் - ஒரு வார்த்தை
பேசினாய் - உணர்வினை ஊட்டினாய்
தரணியில் எனை - ஏற்றினாய்
அன்பே - என் அன்பே!

-செல்வி. சிவகுமார் தேவமலர்

ஒருதலை காதல்

என் காதலியே!
உன்தன் வார்த்தைகளுக்காக வாழவில்லை
உன்தன் மௌனமும் என்னை வாழ வைக்குமடி
உன்தன் மௌனத்திற்கும் மொழி உண்டு
உன்தன் கண்களைப் பார்க்கும் நொடி போதுமடி என்
கண்கள் மூடியபின்னும் உன் பார்வை வாழுமடி.

-திவ்யா

காதல் சொல்லும் நேரம்

இதயம் படபடவென அடித்து ,பயத்தில் வேர்வை துளிகளுடன் உன்னிடம் சொல்ல வந்த வார்த்தைகள் இதழுடன் இடித்து சொல்ல முடியாமல் எச்சிலாய் விழுங்கி, தவிக்கும் தருணம் மரணத்தை விட கொடியதடி.

-திவ்யா

காதலி

உன் மடியில் தூங்கும் ஓர் நொடிபோதுமடி ,மரணம் வந்தாலும் புன்னகையுடன் ஏற்பேன் உன் மடியினில்
.....
இருளில் காணும் ஒளியை விட அழகான உன் கண்களை காணும் நிமிடம்
மெய் சிலுர்த்து நின்றேன். என் உலகத்தை உன் கண்களில் கண்டு.

-திவ்யா

இன்று என்னோடு நீ!

அந்திமாலை சிவந்த வானம்
செங்கதிரவனும் வீடு சேரும்!
தேன்இதழ் மூடும் பூவும்
வெட்கத்தால் தலை சாயும்!
ஏனெனில் இன்று என்னோடு நீ!
இளமையில் பூத்த இக்காதல்
நம்மிரு இதயங்களின் மோதல்,
நாணத்தால் தானோ சிவந்ததுமேகம்,
இன்றுமட்டும் ஏனோ சிலிர்க்குதுதேகம்!
ஏனெனில் இன்று என்னோடு நீ!
சிறுவயதில் இன்பம்தந்த மிதிவண்டி,
இனிவாழ்வின் துன்பம்நீக்க என்னோடுநீ!
எனக்கு வேறெதுவும் வேண்டாம் கண்ணே,
நீ தோள்சாய்கையில் சொர்க்கமானது இம்மண்ணே!

-சந்தியா முரளிதரன்

என் தோழியே எனது காதல்

நான் கண்ணீரில் நனைந்த பொழுது என்னை
சிரிப்பு மழையில் நனையவைத்தவள் நீ;
நான் நரகத்திற்கு செல்ல நினைத்தபொழுது,
என் வாழ்வில் சொர்கமாய் வந்தவள் நீ;
நான் கோபத்தில் இருக்கையில் ஆருதளாய்
வந்தவள் நீ
நீயே என் தோழியே!
மேடு பள்ளமாய் இருந்த என் வாழ்வை
சீராக மாற்றியவள் நீ;
அனைவரும் என்னை கைவிட்ட நேரத்தில்
எனக்கு கைகொடுதாய் நீ;
நீயே என் தோழியே!!
ஆறுதல் சொல்ல நீ இருந்தால்
அழுவதிலும் கூட சுகம் உண்டு;
தூக்கி நிருத்த நீ இருந்தால்
விழுவதிலும் கூட சுகம் உண்டு;
புன்னகை என்ற முகவரி என்னிடம் இருந்தால்
அதற்கு காரணம்
நீயே என் தோழியே!
நமக்குள் இருக்கும் நட்பு முடியாது
நமது வாழ்க்கை முடியும் வரை
சாகும் வரை
நான் அறியும் மூன்றெழுத்து நட்பு!
அது நீயே!
நீயே என் தோழியே!

-ச.கீ.ஐஸ்வரியா

தோழமையின் தோள்கள்

உன் கைவிரல் பிடித்து நடக்கையில் என்னை
தவறான பாதையில் செல்லவிடாமல் தடுபாய் நீ
உன்னுடன் நடக்கையில் என்னை தோல்வி
என்னும் தடுப்பில் இருந்து காப்பாய் நீ
தோள் சாய்ந்து கொள்ள நீ கிடைத்ததால்
கவலைகள் மறந்தேன் நான்
நான் தனிமையில் இருக்கையில்
உனது இனிமையான குரலாள் பாசத்தையும்
அன்பையும் பொழிந்தாய் நீ
கிழக்கே சூரியன் தோன்றி ஒளிப்பது போல
நீயோ என் வாழ்வில் தோன்றி அணையாத
வெளிச்சம் தந்தாய்! என் அன்பு தோழியே!
அன்பு தோழியே!
ஆயிரம் சொந்தங்கள் என்னை தேடி வந்தாலும்
நான் தேடாமல் கிடைத்த ஒரே சொந்தம் நீயடி!
என் உயிரே! என் தோழியே!
என்றும் என் கண்களை விட்டு கலையாத
என் இதயத்தை விட்டு மறையாத
உறவாய் என்றும் நீ! என்றும் நீயே!

-தட்சனி. ர

தோழிக்கு மடல்

முதலில் சந்திக்கும் பொழுது கனவில் கூட இருவரும்
நினைத்துப் பார்க்கவில்லை இப்படி ஒரு அழகான
பிடிவாதமான நட்பு எங்களிடையில் ஏற்படும் என்று!
எதிர்பாராத நேரத்தில் என் வாழ்க்கையில் வந்தாள் ;
குழந்தைப் போன்று அழகான மொழி பேசினால்.
சந்தோஷம் வரும் போது என்னுடன் சேர்ந்து
சிரித்தும், அதுவே துயரம் நேரும் போது என்னை
சிரிக்க வைத்தும் மறக்க முடியாத நினைவுகளை
என் இதயத்தில் பதித்தாள்;
பதித்துக் கொண்டும் இருக்கிறாள் ;
அவ்வப்போது அளவில்லாமல் சண்டைப்
போட்டாலும் , அவள் காட்டும் அன்பிற்கு
எப்பொழுதும் ஒரு
அளவை அவள் வைத்தது இல்லை.
இப்படி ஒரு அழகான நட்பையும் , தோழியையும்
வரும் காலங்களில் என்ன நடந்தாலும் ஒருபொழுதும்
இழக்க என் மனம் ஒப்புக்கொள்ளுமோ?

-இரா.கோகுல்

ஏழாம் வகுப்பு 'அ' பிரிவு

பன்னிரெண்டு வயதில் பொருள் அறியாமல்
பதிவேட்டில் அவள் பெயர் பார்த்து
பருக்களோடு பருக்களாய் பிறந்தது
பாசாங்கு இல்லா காதல்!
காதுமடல் உரசும் பூனைமயிரும்
கழுத்தில் கருநிற மச்சமும்
கருப்பட்டி நிறத்தில் தேகமும்
காதல் வீணை மீட்டிடும்!
மீசை முடி ஓரத்தில்
வெட்கம் சென்று ஒளியும்
ஆசை காதல் க(வி)தையை
பேனா மையும் கசியும்!
வீட்டுப்பாடம் மறந்து போகும்
குறிப்பேட்டின் கடைசி பக்கத்தில்
என் பெயருடன் இணைய
அவள் பெயர் வந்து சேரும்!
ஆண்டு பத்து ஆனாலும்
இதழோரம் புன்னகை பூக்கும்
அடி மனதில் என்றும்
அழியா பருவக் காதல்!

-நந்தினி

என்னவனுகாக காதல் கவிதை

வார்த்தைகளை சிறை பிடித்து காகிதத்தில்
அடைத்து கவிதை ஒன்று எழுதுகிறேன் உனக்காக.
வெண்ணிலா வின் அழகை மட்டும் ரசித்த என்
கண்கள் இப்பொழுது கார்நிலவின் அழகையும்
ரசிக்கின்றது உன் வடிவில்.
உன் கருமை நிற தேகத்தை என் கண்களில் பூசிக்
கொண்டேன் கண் மையாக.
உன் விழிகளை பார்க்கும் போதெல்லாம் என்
இமைகள் இமைக்க மறந்து போகிறது.
உன்னுடன் இருக்கும் ஒவ்வொரு நொடியும் மறந்து
விடுகின்றேன் உலகை மட்டும் அல்ல என்னை
வயிற்றில் சுமந்த என் தாயையும், என்னை மனதில்
சுமந்த என் தந்தையையும், தங்கை ஒருவள்
வருவாலென எச்சிப் பாலை மிச்சம் வைத்த என்
அண்ணனையும், குட்டி குட்டி குறும்புகள் செய்யும்
என் தங்கைகளையும், சேட்டைகள் செய்யும் என்
தம்பிகளையும், மறந்தேன் உன்னுடன் இருக்கும்
வேளையில்.
உன் கரம் கோர்த்து வலம் வர நினைக்கிறேன்
அக்னியை மட்டும் அல்ல வாழ்க்கையையும்.
உன் காதலை வார்த்தைகளால் சொல்லாவிட்டால்
என்ன பார்வைகளில் சொல்லிவிடு போதும்.

-ஜனனி. ஜெ

எனக்குள் உன் காதல்

விழி அருகே நீயிருந்தும் காணாத என் இமைகளை
விடியா இரவுகளை நீ தந்து விழிக்க வைத்தாயே
சொற்களால் பிறரைக் கவர்ந்த என்னை
சொற்களின்றி உன்னில் மயங்க வைத்தாயே
உன்னை ஒருவராய் கூட உணராத என்னை
என்னிலே உன்னை உணர வைத்தாயே
தொலைவினில் உள்ள உன்னுள்
தொலைந்த என்னை என்ன செய்வாயோ
என்னை நான் உன்னில் தொலைக்க
தொலைத்த என்னை நீ மீட்க
நமக்குள் நம்மை நாம் தொலைக்க
நம் தொலைதலில் காதல் பூ பூட்க
தொலைதல் கூட சுகமாய்
தொடராய் தொடர்கிறதே!
வார்த்தைகளின்றி வர்ணிக்கின்றேனடா
உன் மீதான என் காதலை
உதாசினம் செய்வாயா இல்லை உணர்வாயோ?
பதில் ஒன்றை நீ சொல்லடா.

-ரா.சே. தமிழ் செல்வி

என்னவனின் கற்பனை சித்திரங்கள்

என்னவனே!
ஒரு யுத்தமின்றி என் இதயத்தை நீ வசம் செய்தாய்
இசை சத்தமின்றி என் எண்ணங்களை
சிறைபிடித்தாய்.
எந்த காயமின்றி என் உயிரை வதம் செய்தாய்
இனி மீதி உள்ள வாழ்க்கை
வாழ்வோ.. ?? சாவோ..??
எதுவாகினும்
உன்னுடன் இறுதி வரை வாழ்ந்து
என்னுயிர் உனக்கு முன்னே இந்த மண்ணில்
சேரவேண்டும்
உன் விழிகள் சிந்தும் கண்ணீரை நான் பாரமாளே...

-பிரகாஷ் ராஜ்

காதல் கலவரம்

காதல் கலவரம்
அப்படியோர் ஆணழகன் எனை
ஆள வந்த பேரழகன்
சிங்கம் போல உடலழகன்
சின்ன புளிய விதை பல்லழகன்
எத்தனை நான் சொல்வேனம்மா
எனை ஏங்க வைச்ச என்னழகன்
ஜல்லிக்கட்டு காளை அவன்
மனம் மல்லுகட்ட வந்த மகன்
பாவி மகன் பார்வை பட்டு
படும்பாடு நானும் என்ன சொல்ல
வீதியில அவனும் வந்தால்
வெட்கத்துல நான் ஒதுங்கி போறேன்
கண்ணுக்குள்ள வந்து நின்னு
கலவரம் தினம் செஞ்சி போறான்
வானம் போல வாழ்ந்த என்னை
வானவில்லா குருக வைச்சான்
காதல் தீபம் எத்தி வைச்சு நெஞ்சில்
நாணமெல்லாம் தூண்டி விட்டான்
யாருமில்லா நெஞ்சில் அவன்
நீரை போல தேங்கிடவே

வாரம் நாலு ஆகுதடி
இந்த பாவி மக கண்ணுறங்கி
அப்படியோர் ஆணழகன் எனை
ஆள வந்த பேரழகன்
கன்னி புள்ள நெஞ்சுக்குள்ள
காதல் கலவரத்தை கொடுத்த
மகன் காதல் கலவரம்...!!

- **அருண்**

எங்கே என் இதயம்?

விடியும் பொழுதுகளில்
என்றோ ஒரு நாள் உன் கரம்
பிடிப்பேன் என்று கற்பனையில்
மிதந்து கொண்டு இருந்தேன்..
சற்றும்...
எதிர்பாராத விதமாக
காரிருள் சூழ்ந்த மேகம்
வெளிச்சத்தை
மறைப்பது போல....
கண்ணெதிரே நின்ற நீ..
கண்ணிமைக்கும் பொழுதில்
காணாமல் சென்றதேனோ...
உன் கரம் பிடிப்பேன்..
உயிர் நீங்கும் பொழுதிலும்
உடன் இருப்பேன்...
என்றுரைத்த வார்த்தைகள்
கானல் நீராய் மறந்ததேனோ...
சற்றும் எதிர்பார்க்கவில்லை
தலைசாய்ந்து உறங்க - இனி
எனக்கான என்னவன்
என்னுடன் இல்லை என்பதை...
எண்ணற்ற கனவுகளை
உன்னிடம் உரைத்தேன் -அந்த
கனவுகளை நினைவாக்க- நீ
என்னுடன் இல்லையென்பதை
யாரிடம் உரைப்பேன்..
எல்லையற்ற
அன்புகளை காட்டிய நீ..
என்றென்றும்
பார்க்க முடியாத தூரம்
சென்றது ஏனோ...
கண் முன்னே தோன்றி

பரணிதரன்

மறைகிறது உன் முகம்...
முப்பொழுதிலும்
தொடர்கிறது - உன்
நினைவுகள்..
எனக்காக பிறந்தவனே
என்னை தவிக்க விட்டு நீ மட்டும்
சென்றதன் நோக்கம் என்ன?
என்றென்றும்
உன் நினைவால் நான்
தினம் தோறும் நடைபிணமாக
நடமாடத்தானோ....

-இயல்பின் இளவரசி வினி

நீங்கா நினைவுகலாய் உன் காதல்

சிறு வயதில் உன் கரம்பிடித்து
கடைக்கு சென்ற நாட்கள்!
இனிப்புகள் பகிரும் பொழுது
அடித்து கொண்ட நாட்கள்!
பள்ளிக்கு செல்லும் பொழுது
புன்னகையுடன் என்
புத்தகம் சுமந்த நாட்கள்!
மாலைப்பொழுதில் என் பள்ளி
பாடங்கள் எழுதிய நாட்கள்!
எங்கள் பள்ளி தேர்வின் பொழுது வீட்டில் ஆசானாய்
மாறும் நீ என்னிடம் மட்டும்
புன்னகைகும் தருணம்!
காண ஏங்கிய நாட்கள்
உன் பொதுதேர்வின் பொழுதும் நீ என்
வீட்டுப்பாடம்
எழுதியஅந்த அழகிய நாட்கள்
வருடம் தோறும் உன்னுடன்
பண்டிகை கொண்டாடிய நாட்கள்
அனைத்து பண்டிகை தினங்களிலும் நீ என்னக்கு
இனிப்புகளுடன் வாழ்த்து
கூறிய தருணங்கள்
அனைவரும் உன்னுடன்
இனிப்புகளுக்கு
சண்டையிட்ட பொழுதுகள்!
தெரு கோவில் பொங்கல்
அன்று நீ போடும் அழகிய கோலதிற்கு
வண்ணம்தீட்ட
சண்டையிட்ட நாட்கள்
அன்று இரவு நீ பரிசளிக்கும்

பரணிதரன்

இனிப்புகளுக்காக அழகிய
உடை அணிந்து காத்திருந்த
பொழுதுகள்
இரவு நிகழ்ச்சியின் பொழுது
நீ எழுதும் ஆகிய கவிதைக்கு கிடைக்கும்
பரிசுதொகையில்
நீ எங்களுக்கு பரிசுகள்
அன்பளிக்கும் தருணங்கள்
என்றும் எங்களுக்கு முன்
உன் புன்னகை மட்டும்
பாரிசளித்த நாட்கள்
ஆண்டுகள் தோறும் எங்களை
மகிழ வைத்தாய் அன்று
ஆண்டுகள் தோறும் நினைக்க
வைக்கிறாய் இன்று!
வாழ்வில் அனைத்து பொழுதிலும் புன்னகைகளை
பரிசாக கொடுத்து
இறுதியில் எங்களுக்கு
கண்ணீர் துளிகளை வரமாய்
கொடுத்தாய்
உன்னை நாள்தோறும்
காணும் வரம் கேட்டோம்
உன்னை நாள்தோறும்
நினைக்கும் வரம்கொடுத்தாய்!

- K. Eswari

மாமன் மகன் மீதானகாதல்

நான் உதிரம் உதிர்த்த நாள் முதல்,
உன்னை பார்க்க தயக்கம் கொண்டேன்
நாம் காதலிப்போம் என்று அறிந்தோ
என் பெற்றோர் - நீ
படிக்கும் பள்ளியில் சேர்த்து விட்டார்களோ?
பள்ளியில் உன் பார்வை படாதா!
என்று ஏங்கும் பெண்களுக்கு இடையில்
உன் பார்வை என் மீது பட்டது ஏனடா?
உன் முதல் பார்வையில்,
புன்னகைப் பூக்க தொடங்கினேன்
மெல்ல மெல்ல உன் இதயத்திற்கு அடிமையானேன் !
காதலோ இது என்று நான் அறியும் முன்
உன் கண்கள் அதை காட்டி கொடுத்தது,
மனம் திறந்து இதுவரை காதலை கூறியது இல்லை,
உன் நினைவுகள் எல்லாம்
என்னை மெய் சிலிர்க்க வைக்கிறது
உன் வார்த்தைகள் எல்லாம்
என் இதயத் துடிப்பாய் இருக்கிறது,
என் மாமன் மகனா இவன்?
அதையும் தாண்டி என்
காதல் கணவனாக வர ஏங்குகிறது
என் மனம், பள்ளியில்
உன் முதல் பார்வையில் இருந்து ஏங்குகிறது,
என் விழிகள் உன் அடுத்த பார்வைக்காக,
பெண்களின் கனவு கண்ணனா நீ?
சில நேரம் பொறாமை தான் உன் பார்வைக்காக
ஏங்கும் பெண்களைப் பார்த்தால்!
வழி மேல் விழி வைத்து காத்திருப்பேன் உன்
வருகைக்காக பள்ளியில் ,

சண்டை பிடித்தால் என்னை குழந்தையாக பாவித்து
,என்னிடம் கெஞ்சும் உன் குழந்தை தனம் ,
என்னை கடுப்பேத்த வேற பெண்ணை பார்ப்பது
எல்லாமே என் இதயத்தை நோகடிக்கவா? இல்லை
நம் காதலை வலுவாக்கவா ?
என் மன்னவா!

- அருணா தனசேகர்

வசிகர காதல்

கழுத்தில் கருமச்சத்தைக் கொண்டு
கருமேகம் கவர்ந்த காட்டில்,
இமையழகி இதையத்தில் இருக்கும்பொழுது.
இமைகூட இமைக்க இசையவில்லை.
ஏடுகளின் எழுத்தை எளிதாக
என்னும் என்னை ஏன்மாற்றினாய்?
சின்னதாய் சிரித்த சிறியவனை
சிந்தித்து சிறகடிக்கச் செய்து!
உண்மையை உணராமல் உலாவும்பொழுது
உண்ணதமான உண்மையை உதாசித்தேன்.
பயப்படும் படங்களைப் பார்த்து
பயந்தவனை படத்தின் பாடலைப்
பார்க்கச்செய்தவளே?

-வசிகரன்

காலம் தாண்டி
காதல் கொள்ள வருவாயா?

விழியை மூடினால் உலகம் மறையலாம்.
ஆனால், ஒரு பொழுதும் நீ மட்டும் மறையமாட்டாய்;
கண்டம் விட்டுக் கண்டம் சென்றாலும் எனக்குக்
கவலையில்லை; ஏனென்றால்
நீ இருப்பது என் கண்ணுக்குள்.
நான் கணிக்கவில்லை இது "காதல்" என்று.
அதனால், என் இதயம் காலமானது.
காலமான இதயத்தைக் காப்பாற்ற வருவாயா?
காதல் கண்மணியே!

-கார்த்திகேயன்

நீயில்லாமல் நானா?

இதயத்தின் நாதமாக,
என் இன்ப கீதமாக,
என்னவனே உன் வரவு!
நீயில்லா நேரம்
நிலவில்லா வானமாகி போகின்றது
உன் தடம் காணாத என் விழிகள்
தாயில்லா சேய் போல ஆகின்றது.
விழிகளில் தேடல்கள்,
உனக்காக மட்டுமே
உள்ளத்தின் உணர்வும்
உனை எண்ணி மட்டுமே
இன்னிசையும் தோற்றுப்போகும்
புன்சிரிப்போடு நீ பேசினால்!
புண் பட்ட என் நெஞ்சிற்கு
தேன்யென மருந்தாக உன்
அரவணைப்பும் ஆதரவும்!
நாடி வந்தே மாட்டிக்கொண்டேன்!
பூட்டி வை உன் அன்புச் சிறையில்
வேண்டாமடா
விடுதலை எனக்கு
ஆயுட் கைதியாக ஆக்கிக்கொள் என்னை!

-A. Jayanthi

கண்டேன் காதலை

மழையில் சிரிக்கும் வெள்ளை மின்னல் போல
கண்கள் கூசும் ஓர் கொலுசை பார்த்தேன்.
பார்க்கும் நேரம் என் நெஞ்சின் ஓரம்
வானில் பூக்கும் விண்மீன் தோட்டம் பார்த்தேன்..
விழியில் விழுந்தாய் ., எல்லாம் மறந்தேன்.,
உன் பாதம் ஓரம் நிழலாய்
பொழிந்தேன்..
பார்க்கும் விழியில் ஈரம் கொண்டேன்
நீ எங்கோ தொலைவில் நின்றாய்.
வீசும் காற்றில் சுவாசம் பெற்றேன்
நீ எந்தன் அருகில் வந்தாய்.
அனல் மேலே நீராய் உன் கண்ணின் முன்னாள் நான்
இன்று கரைந்தே போனேன்.
மனம் மயங்கிடும் மழை இரவினில்
நிழல் தேடிடும் நிலவொளியினில்
உயிர் உருகிடும் நிலை இதில் ; உந்தன் முகம்
பார்த்து
இன்று கண்டேன் காதலை..

-Balaji M

மீண்டும் ஒரு முறை

மீண்டும் ஒருமுறை
உனக்காய் காத்திருக்க
ஆவல் கொள்கிறேன்
அதிக பேராசையுடன்!
மீண்டும் ஒருமுறை உன்னோடு
விரலினை கோர்க்க வேண்டும்
வியர்வைத் துளிகளில்
மூழ்கும் வரை!
மீண்டும் ஒருமுறை உந்தன்
தோள்கள் சாய்ந்திட வேண்டும்
தலையணை இல்லாத
மார்பினில் மடிசாய்ந்திட!
மீண்டும் ஒருமுறை உன்னோடு
நீள்பயணம் செய்ய வேண்டும்
நிறுத்தம் இல்லாத
பேருந்தில் பயணித்தபடி!
மீண்டும் ஒருமுறை உன்னோடு
செல்லமாய் சின்னதாய்
சண்டைகள் செய்திட வேண்டும்
ஆறுதல்கள் சொன்னபடி!
மீண்டும் ஒருமுறை உன்னோடு
காதல் கொள்ள வேண்டும்
கட்டியணைத்து கொஞ்சம்
முத்தம் தந்தபடி!
மீண்டும் ஒருமுறை உன்னோடு
நானிருக்க என்னோடு நீயிருக்க
நம்மோடு வாழ்க்கை
அழகாய் ஆகிட வேண்டும்!
நானாக நீயும் நீயாக நானும்
இருக்க வேண்டும் புறந்தள்ளிப்

போன எந்தன் காதலையும்
எனது கண்ணீரையும்
நீயுணர வேண்டும்
மற்றொரு ஜென்மத்தில்!

-அன்புத்தமிழன்

ஒரு காதல் நிகழ்வு

எனது கண்கள் கண்டதும் கவர்ந்துவிட்டது,
அவளின் காதல் அழகினை ;
விழிக்கு வலிக்கவில்லை, ஏனெனில்
அது பார்த்து கொண்டிருப்பதோ
காதலின் கனிவான உணர்வினை
யென்பதால் !
எனக்குள்ளிருந்த எண்ணங்களை எழுத்துக்களாக
மாற்றி,
என் காதல் உணர்வுகளை கடிதமாக்கி,
அனுப்பி வைத்தேன்;
கண்களினால் காதலியே மறுமொழி விளித்தாய் :
காலங்கள் செல்ல,
கரங்களோ காத்துக்கொண்டே இருந்தது !
எப்போது அவள் கரங்களோடு கரங்
கோர்வேனென்று !
மனமோ
மகிழ்ந்த வண்ணமாய் இருந்தது ;
மனங்களின் இணைவு இன்னும் சிறுகாலத்திலென்று
:
நித்தமும் அவளின் நினைவுகளில்,
நீங்கா மகிழ்வில் பல மணிநேரங்கள் கடந்து செல்ல ,
மங்கையும் காதலை ஏற்றுக்கொள்ள ,
என் முதல் காதல் முத்தான காதலாக இருந்தது என
நினைத்திருந்தேன்;
முடிவு தேடி வந்தது மங்கையின் காதல் மனம்
மாறிப்போனது.

- **நெல்லை சதிஸ்**

அவள் காதல்

ஓர் தீரா பிரியமாக
அரும்பில் மலர்ந்திட்ட
முதல் மொட்டாக
உன் மீதான
அவள் கன்னிக்காதல் காலங்களின்
பயணமதில் காதலின் கானம்
கொண்டு உள்ளம்
ஈர்க்க பலர் முனைந்தபோதும்
தன்நிலை அறிந்திடாப் பருவம்
முதல் உன் மீதே
அவளுக்கு எல்லையற்ற காதல்!
நெடுநாள் கனவின்
நனவாக விழிகளோடு
விழி மோதல்
கொண்டு உன்னழகு வதனமதை
முதன்முதல் முழுநிலவின்
பரிபூரணமாக
இரசிக்கையிலே
உன் மீதான அவள்
அழகுக் காதல்!
கன்னக்குழி சிரிப்பில்
கந்தலாகிப் போனவளின் முன்பே
மனதின் ஏக்கமறியா
குழந்தையாக நீ காதலிக்கலாமா?
என வினவுகையிலே
வெண்ணிலவில்
கால் பதித்த நிஜமாக
உன் மீதான அவள் வியப்புக் காதல்!
பண்போடு பழகிய
அந்த நாட்களிலே
துயரில் தோள் கொடுத்து தைரியமளித்திட்ட

வெண்மை உள்ளமதனில் சரணடைந்த உன்
மீதான அவள் அன்புக் காதல்!
நம்பிக்கை எனும்
எண்ண அலைகளின்
மாளிகையாக உருப்பெற்று
தடுமாற்றதில் தன்னிறைவின்றி
நீர்க்குமிழியாக
உடைந்துபோன உன் மீதான அவள் பிரிவுக் காதல்!
தேடி வருகையிலே
மதிப்பற்று தேய்ந்து போன தேய்பிறையாக
உன் மீதான அவள் தெகிட்டா காதல்!
போர்வையின் இருளுக்குள் மழையாக தூமிக்கும்
கண்ணீரில் கரைந்து போகும் கரைகாணா
வெள்ளமாக
உன்மீதான அவள் நினைவுக்காதல்!
வெறுப்புகள் உச்சம்
கண்ட போதிலும்
ஓர் தினம் கையில் சேரும் அதிர்ஷ்டமாக
துணையாக கிடைத்திடுவாய் எனும் நட்பாசையில்
உன் மீதானஅவள் காத்திருப்புக் காதல்!
என்றும் முடிவில்லா
பயணமாக தொடர்ந்திடும் உன் மீதான அவள்
காதல்!

-சந்திரகுமார் யதுஷினி

இறுதியின் கண்ணீர்

என்னில் உந்தன் இறுதி சந்திப்பு
நான் கோர்த்து திரிந்த கைகளில் வேறு ஒருவள்
எனக்கான உந்தன் கரங்களில் தவழும் பூக்கள்
வேறு ஒரு கூந்தலில்
பட்டாடை கட்டி நான் சுற்ற நினைத்த
அக்னிக்குண்டம்
காத்திருக்கிறது வேறு ஒருத்திக்காக
ஆசிர்வாதம் வாங்க வருகிறது
அட்சதையுடன் மஞ்சள் நாண்
நான் ரசித்து மகிழ வேண்டிய மேளதாளம்
கண்ணீரின் சப்தமாய் கேட்கிறது
நான் சூடிக்கொள்ள ஏங்கிய மஞ்சள் நாண் வேறு ஒரு
கழுத்தில்
கண்ணீராய் என் வாழ்த்துக்கள் என்னவனே
அல்ல அல்ல இன்றிலிருந்து
நீ அவளவன்!

-சரண்யா தேவி குமரவேல்

இதயச்சாரல்

தென்கிழக்கு பருவமழையில்
தேடிக்கிடைத்த கலைச்சிற்பம் நீ
குகை ஓவியமென
உனை நினைத்தேன்
பிறைநிலவு என்று பதிலளித்தாய் நான் புன்முறுவல்
பூத்தேன்
குண்டும் குழியுமாக இருந்த என் கல்லறைக்குள்
கலங்கரை வெளிச்சமாக காட்சியளித்தாய்
கண்ணீர் காகிதத்திற்கு கிடைத்த காதல் கணக்கு நீ
என் கணையாழி நீ
கரம் பற்ற துடிக்கிறேன்
கானல் நீராய் தவிக்கிறேன்
இக்காரிகையின்
கைவண்ணம் பட்டால்
வான வேடிக்கையாகும்
வர்ண தூரிகை
மந்தாரப் பூவே
முத்தாடும் முழுநிலவே
அணிலாடும் முகிலே
அனல் மூட்டும் முன்பனியே
ஆடையற்ற அடைமழையே
அணைத்துக்கொள்வாயா
அகல் விளக்கே
ஐம்பொன்சிலையே தங்கதாரிகையே கொஞ்சம்
வலப்பக்கம் திரும்பிப்பாரடி !
ஆறடி உயரத்தில்
அயர்ந்து நிற்கிறேன்
உன்னை கந்தர்வ வனத்திற்கு கடத்திச்செல்ல ...!
தென்றலே!
கொஞ்சம் இளைப்பாறலாமா?
இடைமறிக்கிறதே
உன் காதல்சாரல்!..!

-பா. கவுசிகா (பார்கவி)

உயிரின் காதல்

தித்திக்கும் நிமிடங்களில்
உயிரில் இருப்பவனே
இனிக்கும் நொடிகளில்
தோளில் சாயும் அன்பானவனே
என் அன்பு காதலனே!
வருடங்கள் பல கடந்தாலும்
இறுதி நொடி தொடங்கினாலும்
உன் மேல் சாயந்து
உன் கையைப் பிடித்து
உன்னோடு பயணம் கொள்வேன்!
என்றுமே நீயே என் வாழ்வே
உன்னுடன் வாழ்கிறேன்
என் இதயத்தின் காதலோடு
என் உயிரின் உயிராய்
என் அன்பு காதலனே!

-மு.ஹர்ஷினி

செவி மடுப்பாயா

அனிச்ச மலரின்
இதயத்திற்கு சொந்தக்காரி
அவள்....
சட்டென்று வாடி விடுவாள்
சிறு சலனத்திற்குக் கூட....
என்னவொரு
புத்தக அமைதி....
எப்பொழுதுமே புன்னகை கக்கும்
புதுமுகம்...
காலநேரமின்றி
இதழோரத்தில் காத்துக் கிடக்கும் மென் முறுவல்...
இத்தனை களைகளையும்
முகத்துள் புதைத்து வைத்திருக்கும்
புன்னகை தேசம்
அவள்....
நல் மணம் கொண்ட அவள்
ஒரு மல்லிகை
என்பது சரிதான்....
நல்குணம் கொண்ட அவள்
மென்மலர் என்பதும் சரிதான்....
மலையாள தேசத்தின் சாரல்
அவள்
வாய்மொழியில் சற்று
தட்டுப்படும்....
எனினும்
கன்னித் தமிழைக்
கசடு அறக் கற்றவள்
அவள் ...
சேலை உடுத்திய செங்காந்தள்
அவள்...
ரோஜா இதழில்
பொத்தி வைத்திருக்கும்

பரணிதரன்

புன்னகையைக் கொட்டித் தீர்த்துவிட்டால்
அப்பப்பா....
கோடி பூக்கள் ஒரே நேரத்தில்
தற்கொலையிட்டுக் கொள்ளும்....
இருசக்கர வாகனத்தில்
பறந்து வரும்
இந்தப் பட்டாம் பூச்சியில்
நிறங்களைத் திருடிச் செல்ல
நிறப்பிரிகை பின் தொடரும்....
அவளிடம் தமிழைக் கற்கும்
ஆயிரக்கணக்கான மாணவிகளில்
நானும் ஒருத்தி....
ஆம்
இது ஒரு ஆசிரியை
இல்லை... இல்லை...
பேராசிரியை மீதான காதல்....
அவள் போதனை
போதை ஏற்றியது....
அவள் அறிவுரை
அடி நெஞ்சைத் தைத்தது....
அவள் புன்னகை
என்னை அடியோடு புதைத்தது....
அவள் வகுப்பில் மட்டும்
நயாகரா வீழ்ச்சியில்
பலமுறை குளிப்பது போன்ற பேரானந்தத்தில்
திக்குமுக்காடிப் போகின்றேன்....
சங்க இலக்கியமோ...
இதழியலோ...
இலக்கிய வரலாறோ...
என அவள்
எந்தப் பாடம் எடுத்தாலும்
அவள் மீதான
அலாதிப் பிரியத்தில்
அப்புத்தகங்களை மட்டுமே

காதலோடு கவிபயணம்

புரட்டிப் புரட்டிப்
படிக்கின்றேன்....
கரும்பலகை
கர்வப் பலகை ஆகிப்போனது
உன் கைகள்பட்டதும்....
அவள் எழுதி முடித்ததும்
தூக்கி எறிந்த
சுண்ணக் கட்டியை பத்திரப்படுத்தி
சுற்றுலாத்தளம் போல
சுற்றி சுற்றி
வேடிக்கைப் பார்க்கிறேன் தினமும்....
அவள் தலையிலிருந்து விழுந்த
உதிர்ந்து போன
ஒற்றை ரோஜா இதழையும்....
காய்ந்து போன
மல்லிகை மொட்டையும்
காயப்படுத்தாமல்
பொத்தி வைத்திருக்கிறேன் இன்றும்
பொக்கிஷமாய்.....
ஈன்ற பிள்ளையின் முகத்தை
முதன் முதலில் பார்த்து பூரித்து
பேரவா கொள்ளத் துடிக்கும்
தாய்மை போல
உன்
ஒவ்வொரு நாள் வகுப்பிலும்
உன்னைக் காண
பேரவா கொள்கின்றேன்...
என்றாவது
ஓர் நாள்
அவள் கல்லூரிக்கு
விடுப்பு எடுத்தால்
அன்று
அனலிடை சிக்கித்
தவிக்கும் புழுவாய்

பரணிதரன்

நெஞ்சம் கனக்கிறேன்....
அவள் கசக்கி எறிந்த
காகிதக் குப்பைகளையும்
பாட இடைவேளையில்
அவள்
தேநீர் அருந்திவிட்டு
தூக்கி எறிந்த
காகித எச்சில் குவளையையும்
காவல் காத்து வருகின்றேன்
காலம் கடந்தும்...
அவள் வசிக்கும் தெருவை
அவளறியாமல்
பலமுறை சுற்றி சுற்றி
வந்திருக்கின்றேன்....
விடுமுறை நாட்களிலும் சரி....
வேலை நாட்களிலும் சரி...
தாய்மாமா திருமணத்தைத்
தவிர்த்து
உன் வகுப்பில் வந்தமர்ந்து
அகம் மகிழ்ந்திருக்கிறேன்.....
நீ பெற்ற மகவை
கொஞ்சித் தூக்கி
அள்ளி அணைத்து
புளகாங்கிதம் அடைந்திருக்கிறேன்....
கல்லூரி வளாகத்திற்குள்
உன்னை
பல இடங்களில்
பின் தொடர்ந்திருக்கின்றேன்....
உன் மீது
பித்து பிடித்து விட்டதெனக்கு என்று
என்னை கேலி செய்யும்
தோழிகளை
அலட்சியப்படுத்தியிருக்கின்றேன்...
நாம்

காதலோடு கவிபயணம்

கல்விச் சுற்றுலா சென்ற போது
எல்லோரும்
எதை எதையெல்லாமோ
பார்த்துப் பிரம்மிப்பானார்கள்
ஆனால்
நான்
கிளம்பியதிலிருந்து திரும்பும் வரை
உன்னைப் பார்த்து மட்டுமே
பிரம்மிப்பில் வாயடைத்துப் போனேன்....
ஆயிரம் சாக்கு போக்குச் சொல்லி
அடிக்கடி
ஆசிரியர்கள் அறைக்கு
வந்து விட்டுப் போவேன்
உன்னைக் கண்டு களிப்பதற்காக...
உன் மீது
நான் கொண்ட காதல்
காட்சிப் பிழையாகிறது
உன் கண்களுக்கு....
அதனால்தான்
என்னைக் கரித்துக் கொட்டுவாய்
எப்பொழுதும்....
சகிக்கவொண்ணா
என் அன்பினைக் கண்டு
சளைத்துக் கொண்டு
முறைப்பவள்
நீ!!!
அப்பொழுதும்
பெருமிதப்பட்டுக் கொள்பவள்
நான்....
பலரிடம் புன்னகைக்கும்
நீ
என்னிடம் மட்டும்தானே
கோபிக்கிறாய்
என்று!!!

பரணிதரன்

என்
காதலை விவரிக்கிறேன்
சற்று செவி மடு ....
உன் மீதான என் நேசம்
தாய் மண்ணை
ஒரு தரமாவது காண வேண்டும்....
அம்மண்ணிலே
எந்தன் உயிர் மாள வேண்டும்
என ஏங்கித் துடிக்கும்
அகதியைப் போன்றது....
கருவில் உருவான
சிசுவை
கண் கொண்டு
காண வேண்டும்....
அணைத்து ஆரத் தழுவ வேண்டும் எனத் துடிக்கும்
தாய்மையைப் போன்றது....
பிறவிக் குருடனுக்கு
திடீரென்று பார்வை வந்தால்
பூமியைப் பார்த்து
பூரித்துப் போகும்
ஆனந்தக் கண்ணீரைப் போன்றது....
பல வருடங்களாய்
மகப்பேறின்றி
பல அவச் சொற்களும்
இன்னல்களும் கடந்து
தாய்மைப் பேறடைந்தவளின்
தாலாட்டுப் போன்றது...
இரவின் அன்னை மடி
உறக்கம் போன்றது ...
தந்தையின்
இனிய உரை போன்றது....
தங்கையின் குறும்பு போன்றது....
அண்ணனின் அக்கறை போன்றது...
பாட்டியின் பக்குவம் போன்றது....

காதலோடு கவிபயணம்

தோள் கொடுக்கும் தோழியின் நிறைவைப்
போன்றது....
வைரமுத்துவின் வரிகள் போன்றது....
வானவில்லின் நிறத்தைப் போன்றது...
இருளின் நிலவொளியைப் போன்றது....
குயிலின் இனிமைப் போன்றது....
குற்றாலத்தின் குளுமை போன்றது...
வாரந்தோறும் வாசிக்கும்
வார இதழுக்காய் ஏங்கும்
வாசகிப் போன்றது....
கபடமற்ற குழந்தையின் மென்னகை போன்றது....
பூமி தொடாப் பிள்ளையின்
பாதம் போன்றது....
மழலையின் இலக்கணப் பிழை
வாய்மொழி போன்றது....
கடலில் தவிக்கும் கலத்திற்கு
கலங்கரை போன்றது...
பொறாமை வெறுத்து....
பொறுமை காத்து...
மெய்மை விதைத்து...
அறம் போற்றி....
பண்பை பதப்படுத்தி...
இன்சொல்லை உடையதாக்கி....
எளிமையை உரிமையாக்கி...
ஏற்றத்தை உனதாக்கி...
பக்குவத்தை பலமாக்கி...
சமத்துவத்தை பதப்படுத்தி.....
சினத்தை அகற்றி.....
அன்பு செய்யும் உன்னில்....
காண்கின்றேன்....
என்றும் எப்பொழுதும்
எனக்கானத் தாய்மையை....

-முனைவர் மு. துர்கா தேவி

என்னுடனே என் காதல்

காதலே காதலாய்
காதலுடன் காதலா ?
காதல் காதலுடன் தான்
என்னை காதலிக்க கற்றுக்கொடுத்த
காதலுடன்
கண்களில் நீர் ஓட
முடிகள் கலைந்திருக்க
கன்னாடியுடன் மோதலுடன்
இருந்தேன்
கொஞ்சம் அழகாக இருக்கலாம்
என்று நான் கத்த
நீ அழகு தான் என அது கத்த
மெழுகு ஊசல் ஆடி கொண்டுயிருந்தது
பிம்பம் எங்களை தடுக்க
அமைதி நிலவியது
மெழுகு அணைந்தது
வெளிச்சம் என்னை சாந்தம்படுத்தியது
கன்னாடியிடம் போனேன்
நீர் வழியும் குமிழை
கசங்கிய சட்டை ஓரங்கள் துடைத்தன
தலையை தடவி கொடுத்த கைகள்
முகத்தை தூக்கின
அழும்போதும் அழகுதான் நீ
கன்னாடி கூற
சிரித்தேன்
அப்போதுதான் எனக்கே தெரியும்
என் ரகசிய காதலி பேரழகி என்று .
காதலிக்க காதலர் தேவையில்லை
காதல் இருந்தால் போதும்
உங்களுடன்.

-**Akkshaya Prasanna**

மலை நெல்லியாள்

செம்மேனியவள் முகத்தில் உள்ள முத்துக்களின்
அழகின் ரகசியம் ஏராளம்
உறவின் காதல் உடனிருந்து உதவியாக
பணி செய்தாலும், உடன் பிறப்புப்போல
தானே நாம் இருந்தோம் உயிரே, பழகிய நாட்கள்
எத்தனை கடந்தாலும், நினைவு என்னவோ
இனிமையாக தான் இருக்கிறது,
என்னை பிரிந்து செல்லும் தருணத்தில் உன்னை
நினைத்து நான் கண்ணீர் விட்டேன்,
நீ என் உடன் இல்லாமல் தூரத்தில்
வாழ்ந்து வந்தாலும்,
நம் உறவு என்பது நீடித்து நான் இருக்கும் நிஜத்தில்
நாம் உண்மையாக இருந்ததனால் என் உறவு
காதலே...

-நாமக்கல் செந்தில்

காற்றின் காதல்

வீசும் காற்றுக்கு செடியின் மீது காதல்,
தென்றலாய் கடந்து சென்றது.,
தன் காதலியை
பருவமெய்திய செடிக்கோ சிறு பறவை மீது காதல்
பூரித்த மரமோ பூ பூத்தது
பூக்கள் காயாகி, காய்கள் கனியாகி,
ஈர்த்தது வானம்பாடி பறவைகளை
பசியாற உண்ட பறவை - நன்றி கூறி
எச்சமிட்டு பறந்தது
பார்த்து இரசித்த மரமோ
ஆனந்த கண்ணீர் வடித்தது
அன்றொரு நாள் கடந்து சென்ற தென்றலோ,
தன் முதல் காதலை மீண்டும் சந்தித்த மகிழ்வில்
வானுயரச் சென்று காற்றாய்
மேகத்தை முட்டியது மழையும் கொட்டியது
நாட்கள் பல நகர்ந்தது
விதைகள் முளைக்க செடிகளும் தழைத்தது
பூச்சிகளின் றீங்காரம் எங்கும் தொடர்ந்தது.,
காதலின் இதமான கானமாக!

-மொழி

காதல் அழகானது

வாழ்வின் முதல் முறை
கடந்த பல இனிமை
தருணங்களில்
தாயின் கருவறை போலவே
நமது முதல் காதலும்
அனுபவித்து விடு
முழுதாய் அதில் மூழ்கி விடு
கண்கள் வழி
செவி வழி
என இதயம் நுழைந்தவன்
ஒருவரை பற்றி மற்றொருவர்
என அறிய ஏங்கிய தருணம்
யார் முதலில் சொல்வது என்று
தயங்கிய தருணம்
நொடி நேரம் கூட
தாமதிக்காமல் வரும் குறுஞ்செய்திகளும்
போர்வை மட்டும் அறிந்த
ரகசிய பேச்சுகளும்
விடிந்ததை மறந்து பேசி
தொலைத்த உறக்கமும்
புன்னகை பூத்த முகமும்
கோவம் அறியா குணமும்
அவனை நினைத்து உருகும் மனமும்
எங்கும் கேட்டிடும் அவன் குரலும்
எதிலும் நிறைந்திடும் அவன் சிந்தையும்
என்றும் உடனிருக்க துடிக்கும் உள்ளமும்
கொட்டி தீர்த்து முடியா பாசமும்
கொஞ்சி தீர்க்க முடியா செல்ல பெயர்களும்
பேசி பேசியும் குறையா ஆசைகளும்
புதிதாய் பிறக்கும் கவிதைகளும்
உனக்கென நான்

பரணிதரன்

எனக்கென நீ
என வாக்குறுதிகளும்
இணைந்தே பயணிக்கும் இரு இதயம்
ஒன்றாக விழிகளின் மயக்கத்தில்
இதயமும்
அவனை சுமக்கின்ற மூளையின் கனவுகளும்
என காதல் அழகானது....

- **இயற்கையின் காரிகை**

மலைநெல்லியவள்

மென்மையான இதழ்கள் இசைக்கும் சொற்களில்
சங்கீத நயத்தை அறியலாம்...
அடி பாத சுவடுகள் அனைத்தும்
தாமரை மொட்டுக்களை பிரிக்கின்றன...
அறமவள் பாசத்தை சுவையுடன் இனிதாய்
தாய்மையை வெளிப்படுத்தி ஊட்டுவாள்...
மலை நெல்லி குணமதை செயலில்
செய்து திருத்தி எடுப்பாள்...
கள்வனுக்கும் கலவு மறந்து காதல்
செய்யும் எண்ணம் தோன்றும்...

-வெ.நந்தகிருஷ்ணா

அந்நியமோ? அந்யோன்யமோ?

கண்களின் ஓரமாய் இருவரும் பார்க்க,
இதயத்துடிப்பை ஒருவருக்கொருவர் கேட்க,
கரங்கள் கோர்த்து மனங்கள் ஏங்க,
நாநுனியிலோ வார்த்தைகள்!
உரையாய் வெளியே வர துடிக்க,
அமைதி என்னும் ஒலி மட்டும் நிலையாய் நிற்க.
அந்நியம் குறைய,
அந்யோன்யம் நீள,
பேசினோமே நாமும்...
அசையா கன்னங்களின்
மௌன சிரிப்பிலே.!

-ஜெனனி

காவியக்காதல்

விஞ்ஞான உலகை
மிஞ்சிட்டதோர் சூழல்... !!!!
பார்க்கும் திசையெங்கிலும்
இயற்கை எழில் கொஞ்சிடும்....
பட்டத்து ராஜாவாய்
பார்க்கும் திசையெங்கும்
பட்டாம்பூச்சிகள்....!!!!
பூத்துக்குழுங்கும் நந்தவனமாய் என்னுள்ளே
கவிதைகளும் ஊத்தெடுக்க......
தூவல் எடுத்து தீட்டையிலே காகிதத்தின் பக்கங்கள்
வெட்கத்தில் புன்னகைப்பது ஏனோ...
வார்த்தை கோர்வைக்குள் புதைந்து கொள்கிறதே...
கொஞ்சம் கடத்தி செல்கிறதே... உடன் எனை...
காதலோடு கவியெடுத்து, வார்த்தை தொடுத்து,
முகம் புதைத்து, வார்த்தை ஜாலங்களுக்குள்
அகப்பட்டு... மீண்டிட முடியா ஓர் பேர்அவா.....
என்னுள்ளே....!!!!
காதல் கனியொன்றை சுவைத்திட்டு....
மெல்ல ரசித்திட்டு
அவளின் வெட்கப்புன்னகையை கொஞ்சி ....
உதட்டோரம் மெல்ல ததும்பி ஊத்தெடுக்கிறதே...
தேனமிர்த துளிகள்....!!!!
ஒத்த துளி தொண்டையில இறங்கையிலே
ஏ ஒத்த உசுரும் தவிச்சுதான் போனதைய்யா....!!!!
கருப்புச்சாயம் பூசிக்கிட்டு கோலிகுண்டு
கண்ணுக்குள்ள பூட்டி
வைக்க பாக்குறியே....!!
மாமனோட மனசையும் தான் கொஞ்சம் கலவாடி
போகுறியே....!!!
ஒத்த கொலுசு சத்ததுல மொத்த உசுரையும்
கொய்க்குறியே....!!!

அக்கம் பக்கம் கேக்காம கண்ணத்துல போட்டு
வைக்குறியே.....
ஏ கண்ணத்துல பட்டாவதான் போட்டு வைக்குறியே...
ஏ மாமனோட அழகு ரதியே......!!!!!!

-நிதர்சண கவிஞன் ரஹ்மான்

விளக்கமுடியா விநோதம்!

காதல் காற்று போல,
வையகம் வாழ்விக்கும்,
மந்திரம்!
நேசித்தவருடம் நாள்தோறும் பேசிட ஏங்கும்,
காரணமின்றி சண்டையிட்டு,
பொல்லாத இரு விழிகள்
பொய்யான கோபம் கொள்ளும்!
தனக்கு மட்டும் சொந்தமென உரிமை
கொண்டாடும்!
வார்த்தைகள் அறிந்த போதிலும் மௌனத்தில்
பேச வைக்கும்!
காணும் இடம் யாவிலும்,
அந்த ஒருவரின் முகம் தெரியும்!
கேட்கும் குரல் யாவும்,
அந்த ஒருவரின் குரலாக தோன்றும்!
பாதங்கள் பாதை அறியாது
பயணம் செய்யும்!
காணாத ஒரு வினாடியும்
யுகமென கழியும்!
நித்தம் நினைவுகளின் விலாசம் தேடும்!
கவிதைகள் பல கிறுக்க
சொல்லும்!
இந்த உணர்வுகளை
விளக்கிட தமிழிலேயே வார்த்தைகள் இல்லை!
மாயமான உலகில்,
விசித்திரம் வாய்ந்த,
மர்மம் தான் காதல்!!

- **கோகிலவாணி.ப**

காதலும் கானல்நீரும்

நகர்ந்து சென்ற என்தன் நீரோடை காலங்கள்!
உன் மடி மீது தவழ்ந்து கிடக்க எண்ணியதே!
காலம் செய்த மாயமாக!
என் காதலும் கானல் நீரானதே!
துவக்கமே முடிவாகி போக!
அடைந்தேன் காதல் தோல்வியை!
வெறுமையில் நான் நிற்க...!
கை-தந்ததும் என்தன் கவி!
விலகியதை மீட்டு தந்ததும் என்தன் கவி!
வார்த்தைகளும் தீர்ந்து போக!
எழுத்துக்களும் முற்று பெற்றிட!
தொடந்து முயலென்றது கவி!
அதனால்!
தொடந்தேன் என்தன் கவி வரிகளுடன் காதலை!

-கவிதா முஸ்ரீ

ஒருதலை காதலின் தவிப்பு

பாலைவனமாய் இருந்த இதயம் அவளின்
வருகையால் நந்தவனமாய் மாறியது , ஒற்றை
ரோசா அவளின் வருகையால் . என்னில்
அவிழ்ந்த முதல் காதல் . அவளிடம்
உரையாடிய கணம் இல்லை . ஆனால்
அவளைப்பற்றி இதயத்திடம் உரையாடாத கணம்
இல்லை . அவளின் பெயரைத் தவிர
ஒன்றும் அறியாத ஒருதலை காதல் ,
இந்த கிறுக்கனின் காதல் . காதலைக்
கூறுவதற்குப் பல வாய்ப்புகள் கிட்டியும்
நழுவவிட்டேன் . ஒவ்வொரு முறையும் உன்னிடம்
என் காதலைக் கூற வருகையில்
இதழ்கள் அமைதி காத்தன , இதயத்தில்
உள்ளதை கூற இயலாமல் , உன் "மை"
விழிகளின் எழிலில் மெய்மறந்து நின்றதால் .
எத்தனையோ கடிதங்கள் , கவிகள் உன்னையே
எண்ணி . எண்ணற்ற வெள்ளை காகிதங்கள்
சிவப்பாய் ஒளிர்கின்றன உனக்காக இதயமெனும்
எழுதுகோலின் உதிரம் என்னும் மையினால்
இயற்றிய காதல் வரிகளில் . ஆனால்
உன்னிடம் அளிக்கவோ ? இதயம் இசைவு
அளிப்பதில்லை .
ஒருவேளை ஏற்கமாட்டாயோ ? என்ற
அச்சத்தில் . வரிகள் பொய்யாக இருப்பினும்
அவை உண்மையாகும் கணம் வரும் .
அதுவரை உன்னைப்பற்றி இயற்றிய கவிகளிலே
வாழ்வேன் . காத்திருப்பேன் , உன் இதயத்தில்
எனக்கு இடம் அளித்து என்னை
என்னவனாக ஏற்று , இந்த கிறுக்கனின்
ஒருதலை காதலைநீ இருதலையாக மாற்றும்
கணம் வரும் வரை ...

-புவனேஷ் புகழேந்தி

அன்பு தோழியே

பேச்சில் அன்பு காட்டும் அழகி நீ
என்றும் மலர்ந்த முகம் காட்டும் பேரழகி நீ
முகநூலில் முகம் சுளிக்காத முன்பனி நீ
வாட்சப்பில் வாயாடும் வாயாடி நீ
தவிர்க்க முடியாத அன்பு தோழி (தொல்லை) நீ
தேர்வறையில் பேன கேக்கிறாய்
நேரில் பார்த்தால் சாக்கலேட் கேக்கிறாய்
நான் பார்க்காத நேரம் என்னை பார்கிறாய்
நான் பார்த்தாள் பார்க்கதது போல் நடிக்கிறாய்
உன்னோடு நான் பேச தினம் ஒரு காரனம்
தேடிணேன்
உன் கையோடு கரம் கோர்த்து நடக்கும் வரம்
வேண்டிணேன்
கவிபேசும் உந்தன்
கண்கள் கன்டு காதல் மணம் பிறக்கிறது
உன் அல்லி சிரிப்பும், கண்ணக்குழி செழிப்பும்
கண்டு மணம் துடிக்கிறது
சேரியில்(saree) நீ செந்தமிழே!
மாடன் உடையில் என் மணம் வென்றவளே!
சுடியில் சுண்டி இழுக்கும் காந்தமே
உடையில் இடை மறைத்து நடை போடும் நாயகியே
ஓயாது கடல் அலையும் கரை நோக்கி ஓடி வருகிறதே
உனை தொடத்தானோ?
ஓயாது சூரியனும் தினம் காலை வருகிறதே உனை
காணத்தானோ?
அழகான பௌர்னமி நிலவும் ஏனோ மேகத்திற்குள்
ஒழிந்து கொன்டது தன்னை விட பேரழகி என உனை
நினைத்ததாளோ?

-ஐயப்பராஜா

காதல் காரிருள்

நீ என்னுள்
விழுந்ததால்
நிறைந்து போகிறேன்
நானடி
வானில் நிலவாய் நீ
தரையில் நிழலாய் நான்
இடைவிடாத சில
இடைவெளிகள்தான்
ஏனோ இந்த
காதலில் மட்டும்தான்
வரங்களும் கலவரங்களும்
சேர்ந்தே நடக்கின்றன
மனிதனை காக்க
படைத்த சாமியும்
சாதியும் அவனுக்கே
இன்று எதிரானது
பறவையின் இறகே
பறவைக்கு இரையானது
சாதிக்கு சாவு
வரும் பொழுது
நீயும் நானும்
சேர்ந்திருப்போம் சொர்கத்திலாவது

-**மணிராஜ். பா**

அம்மா! அம்மா! அம்மா!

உலகையே அறிமுகம் படுத்தியது அம்மா
உடுத்த உடை
உண்ண உணவு கொடுத்ததும் அம்மா
வாழ்க்கை நம்பிக்கை தருவது அம்மா
வாழ்க்கை நல்ல ஒழுக்கத்தை தருவதும் அம்மா
குழந்தையின் பாதுகாப்பு அம்மா
காதல் உதாரணம்
நம் அம்மா
கனவுகளை நேசி
அம்மாவை காதலியாக
சுவாசி

-சங்கீதா

காதல் காதலே

காணக் கிடைக்கா நின்னைக்கண்ட முதற்காட்சி
நித்தமும்
உள்ளத்தில் ஊடுருவி ஊமத்தம்பூவாய்
பூத்துக்குலுங்குகிறது;
கண்ணும் கண்ணும் கதைத்துக் கொண்ட
காலவினாடியை
நீயும் அறிவாய் , அதைநானும் உணர்வேன்.
எண்ணங் கொள்ளாமல் எதார்த்தமாய்
நம்இருகைகள் எடுத்துரசிய
இருவினாடிகள் இருண்டிருந்த
இருதயக்கோட்டையை இயங்கச்செய்தது;
பற்பல தருணங்களில் உன்னையானும்
என்னைநீயும்-கள்வனாக
கண்ணில் கவர்ந்தபோதுதான் கருப்பொருள்
கண்டுகொண்டேன்.
கருத்துணர்ந்தும் காதலை கதைக்கஇயலாத
"நின்இன வகையினமே
யான்; " கேவலப்பட்ட மானுடவகைக்கணக்கில்
கீழ்வராத
புனிதக்காதலை நீயும் மறைத்தாய் பொய்மையான
புன்முறுவலோடு;
யாதுசெய்ய வல்லோம்? தைரியமில்லை;
முள்ளாற்தைத்துக்
கொண்டிருந்த சமுதாயமத்தியில்! தூரமிருந்தாலும்
என்தூது நின்னை
அடையுமென நினைப்பதுதான் ஒற்றைச்சாளர ஒரே
நம்பிக்கை
தோளில் சாய்ந்து நேரம்மறந்த மாலைகள்,
மாலையிடாமலையே
விதிமீறிகுவிந்த ஆம்பல் மலரானதும் இயற்கை

பரணிதரன்

விதிமீறிய காரணம்தானோ ? யாரறிவார் கள்ளக்
காதலனை(லியே) காதல்வந்தும் சொல்லாமல்
நெஞ்சுக்குள்ளே ஏங்குமென்னை
விட்டாயே,தனியே சென்றாயே; உன்இதயம்
குளிர்ந்தததா ?
அதுநெருப்புக் கனலாய் சுட்டிருக்கும் நானறிவேன்;
மனதிலேயே புதைத்த நம்காதல் ,மரணத்திலும்
மரணிக்காது;
புதைத்தாலும் விதையாய் முளைத்து வளரும்
சமுதாயத்தின் விடியலை நோக்கி காத்திருக்கும்.

-பிரவீன்குமார்.ஜெ.

காத்திருப்புக் காதல்

அதிசயித்து கிடக்கிறேன்
ஆம் நான் தான் அதிசயித்து கிடக்குறேன்!
காதலுக்கான கவி வரிகள் அறியாமல்
தோற்றவளாய்!
வசனங்கள் கோர்த்து வடிவமைத்து விட முடியாத
தூரம் கடந்தது என்னுலகில் காதல் உன்னால் தான்!
கவி கிறுக்க வார்த்தை தேடி நான்
தோற்றுப்போயுள்ளேன் காதலுக்காக!
காதலுக்கும் சிறு மயக்கம் தான் எப்படியென்று!
ஆறேழாண்டு காலமாய் எனை தொடரும் உன்னை
உன் காதலை என்னவென்று எழுதுவேன் நான்!
என் சொற்கூட்டத்துள் அடங்கி போகாமல்
நெருங்கும் இந்த காதலை பிஞ்சு நெஞ்சமிதில்
சுமந்து எல்லாம் முடிவில் நான் உன்னிடம் வருவேன்!
உனக்காக, உன் காதலுக்காக,
நிச்சயமாக வருவேன்!
அன்பு செலுத்தவும்!
உடனிருக்கவும்!
ஓர் தீராக்காதலை மனதில் இருத்தி காத்திருப்பினில்
நம்பிக்கையுடன் நகரும் என் அன்பிற்கினியவனுக்கு
சமர்ப்பணம்!

-சபாபதி உஷாநந்தினி

என் விதியில் ஒரு விடியல்

அவள் கம்பர் பாடாத சீதை,
ஆதலால் அவளுக்காக நான் ஏற்றுகிறேன் இந்த கீதை:
இலைகளின் நடுவே ஊடுருவும் ஒளியாய்;
என் அனலிடும் கோவத்தைத் தணிக்க வந்த முகிலாய்;
கதிரவன் சுடரில் தீபமென ஒளிரும் முகம் பார்த்தேன்
அத்தீபத்தில் உருகிய மனம், பனிகாலம் நீங்கி பசுமை வந்தது போல் பூப்பூத்தது;
அம்மலர்கொண்டு பாவை முன் இன்று என்னை சமர்ப்பிக்கிறேன்.

-**Mathi R V**

உன்னருகே நான்

இதயத்தை தருகிறேன்
இன்பமாய் உணர்கிறேன்
வலி கொண்ட போதிலும் நீ வந்திட நினைக்கிறேன்
உயிர் அது தாங்கிட உன்னையே அழைக்கிறேன்
கனா என தினம் உனை இரவுகள் தேடுதே
வினா என விடைகளும் நீ என மாறுதே!
ஒருமுறை வாழ்க்கை அதன் வழிமுறை நீயே
பலமுறை பார்த்தும் கண் மறுநொடி ஏங்கும்
ஏகாந்தமே என் ஆகாயமே எப்போதுமே என்
வான்மேகமே,நீயே. நீயே,நீதானே.
எப்போதுமே உன் நினைவில் என் நொடிகள் நகரும்
உன் இமைத் துடிப்பிலேயே என் இதயம் உருகும்.
உன்னைக் காணாமலே கண்ணில் கண்ணீர் படரும்
உன்னோடு தான் இனி என் வாழ்க்கை தொடரும்.

-VK

நீ கவிதைகளா!

உன் கண்கள் எனை பார்க்கையில்
என் காமம் களையும்!
உன் கைகள் எனை தொடுகையில்
மென்மையின் அர்த்தம் புரியும்!
கண்கொண்டு கலாபத்தோடு காதலித்து
உனை கைப்பிடித்தேன்.
சாதி என்று பிரித்தார்கள்;
சாக்கு சொல்லி சமாலிதார்கள்.
மணமேடையில் நீ
மலர் தூவிக்கொண்டு நான்
கலங்கிய நான் கையறுத்துக் கொண்டேன்.
கருவறையில் சுமந்த என் தாயை விட்டு
கல்லறையில் உனக்காக காத்திருப்பேன்!

-மனோ அரவிந் தியாகராஜன்

அவளும், நானும்

நான் இன்று நானாக இல்லை,
காரணம் அவள்.
நான் இன்று உறங்கவும் இல்லை,
காரணம் அவள்.
நான் இன்று உண்ணவும் இல்லை,
காரணம் அவள்.
என் கண்கள் இமைக்கவும் இல்லை,
காரணம் அவள்.
என் இதயம் துடிக்கவும் இல்லை,
காரணம் அவள்.
என் மனம் அது என்னிடம் இல்லை,
காரணம் அவள்,
தீராத அவள் அன்பில் உதித்த காதலும் கூட.

-லோ. சந்தியா

என்னவனுக்கான கிறுக்கல்கள்

என் கவிதை பக்கங்கள் மட்டுமல்ல
என் வாழ்வின் பக்கங்களும்
சுவாரஸ்யமானதே
என்னவனால்.!
ஆம்!
ஆயிரம் அலாரம் அடித்தாலும் விழித்திராத என்
விழிகள்
என்னவனின் ஒற்றை அழைப்பில் விழித்திடும்
மாயம் என்னவோ.!
என்னவனின் அழைப்பில் அத்தனை மகிழ்ச்சி தான்!
கம்பன் எழுதிய
காவியங்களில்
எழுதப்படாத
காவியம்
என்னவனின் காதல்
நான் அவனுக்கு அளித்திட்ட வாக்கிற்கு
ஆயுட்காலம் முழுவதும் என்னை அவன்
ஆட்சி செய்ய போகிறான்!
என் வாழ்வின் பொற்கால ஆட்சியாய்!

என்னவனுக்கு பிடிக்கும்
என்பதற்காகவே
எழுதிக்கொண்டு
இருக்கிறேன்!
கவிதை என
பல கிறுக்கல்களை!!
இந்தக் கிறுக்கல்களும்
அவனுக்கென.!
என்னவனுக்கென.

-பிரியா ராஜன்

எண்ணங்களில் காதல்

விடாது பெய்த
பெருமழைக்கு உன் சாயல்!
இடைவெளிவிட்டு தூறிய
சிறு மழைக்கும் உன் சாயல்!
சில்லென்று சிதறிய
தென்றலுக்கும் உன் சாயல்!
கொளுத்தும் வெயில் கக்கிய
அனல்காற்றிற்கும் உன் சாயல்!
நிறம் மாறிய பகலிற்கும்
உன்சாயல்!
நிஜம் துறந்த நடுநிசி
இரவிற்கும் உன் சாயல்!
எங்கும் நீயே
எதிலும் நீயே! வண்ணங்களாய்
நிறைந்திருக்கிறாய்!
உன் வண்ணங்களால்
என் எண்ணங்களை
நிறைத்துக் கொண்டே
இருக்கிறாய்!

- பிரியா ராஜன்

பூமியில் பூத்த பூ

மொட்டாய் இருந்து பூவாய் பூத்தவளே
காயும் கனிஞ்சவளே
தென்ன மட்டையில தேவதை தெரியுதுனு
பார்க்கவந்த பசங்களெல்லம் போதையில
அது உன் பார்வையிலே.!
உன் இடை பின்னலுக்கு இணையாக ஆடுகிறது, உன்
சடை பின்னல்.!
விழிகளால் என்னை வீழ்த்தியவளே
என் மூளைக்குள் என்ன எழுதினாய்.?
எப்போதும் உன் சிந்தனையே.!
என் உயிராய் உள்ளவளே உன் உதட்டால் என்
உதட்டில் ஒத்தாரம் கொடு
ஒத்தாரம் மொத்தாரமும் புது வித்தாரம்
விளையாடவே.!
கவிக்குயில் குரலோ
தமிழ்தாயின் மகலோ
காந்தவிசையாய் என்னை ஈர்க்கிறது
உந்தன் பேச்சு
தேன் தமிழின் இனிமை
உந்தன் பேச்சில் உணர்ந்தேன்.

-சூர்யா.சு

அந்த ஓர் இரவு

நீருக்குள் மூழ்கிய தாமரையாய்
நான் வெளியே சிரித்து
உள்ளே உன் நினைவென்னும் போதையில்
மூழ்கித் தவிக்கிறேன் !
தொலைவில் நீ,
தொலைக்கத் தெரியாமல் நான் ,
நீ விட்டுச்சென்ற ஓர் இரவு கூட
நிலையின்றி தவிக்கிறேன் நான் !
இந்த ஓர் இரவு கழித்து விட்டால்
அதிகாலையில் என்னை தீண்டி விடுவாய்
என் மனம் தவிப்பதேனோ !
என்னவன் இல்லா இந்த இராவில் தான்
இதயம் திருடி வாழச் சொல்கிறாய்..
இமைகள் பறித்து உறங்கச் சொல்கிறாய்.
கடினப்பட்டு இமை மூடி
உறக்கம் கேட்கிறேன்..
கனவிலும் தொடர்கிறது
உன் ஆட்சியே!
இரவும் இங்கு தீவாகிப் போனதே!
என் மனமும் இங்கு சிறையாகி மாண்டதே!
கண்ணுக்கெட்டா தொலைவிலும்-உன்
கண்ணிமைக்குள் எனை வைத்து,
காதல் என்னும் காவலிட்டு,
அனைத்துமாய் நீ இருக்க,
கவலை ஏதுமில்லை கண்ணாளனே!
கனா திருடும் உன் பிரிவை தவிர !
இரவு கடந்து வாசல் மணி ஒலிக்க,
என் உயிர்நாடி உயிர் பெற்று துள்ளிற்று!
வான்மேகம் கிழித்து வந்த
அடைமழையாய் நீயும்,

பாதி மறைந்த மேகமாய் நானும்,
காதல் வழியும் ஒற்றைப் பார்வையில்,
வர்ணிக்க இயலா உன் ஈர்ப்பு,
என்னை அழகாய் தீண்டிட,
சித்தம் கலங்கி,
சிலையாகி விட்டேனடா நான்!

-ஹீலிஸ் இன்பேன்டினா.

தேசமே என் காதல்

நெஞ்சில் கொஞ்சமும்
இடைவெளி இல்லாமல்
இந்தியாவிற்கே இடம்கொடுத்தேன்
காதல் அல்ல என் தேசம்
தேசத்தின் மீது தான் என் காதலே
தீரர்களின் தியாகங்கள்
திசைகளெங்கும் தேசத்தையே
பார்க்கச் செய்தன
தேசத்தின் மீது நேசம் வைத்தேன்
நேசமது பாசமானது
பாசமது பற்றானது
பற்றது காதல் தீயை
நெஞ்சில் பற்றவைத்தது
தேசமே உன்னை காதலிக்கி காதலிக்கிறேன்

- ம. ராகவைத்தமாநிதி

அன்பு என்னும் காதல்

அன்பின் வடிவமே காதல்.
அதில் மட்டுமே, தன்னலம் இல்லாமல்
அன்பு அளவின்றி தரப்படும்!
இருப்பினும், மோகத்தின் வடிவத்தை பெறாது.
இரு ஆன்மாக்களை ஒன்று சேர்க்கும் ,
ஒன்று பட சிந்திக்க வைக்கும்.
புரிதல் என்ற பொருளுக்கு அர்த்தம் கூறும் ,
கோபம் என்ற வார்த்தைக்கு பொருள் தரும்.
இருப்பினும், வடிவத்தை பெறாது.
சொப்பனத்திலும் இது அன்பை உணரும்,
இரு விழிகளின் பார்வை ஒன்று சேரும்,
பொறுமையும் பொருத்து போகும்,
தலைக்கனம் தலை குணிந்து போகும்.
வலி இருந்தும், இணை இல்லா அன்பை மட்டும்
மீண்டும் மீண்டும் தரும்.

-ARAVINDAN.M

காதலுக்கு வயதில்லை

என் பிம்பமே,
உன் அழகை மிஞ்ச யாரும் இல்லை!
அந்த அழகே உன்னிடம் கெஞ்சுவது ஆச்சரியம் இல்லை!
உன் மனதை வெல்வது கடினம்!
'ஆனால்'
உன் மனதை வென்று விட்டால் விலகுவது மிக கடினம்!
நீயோ கார்கால மேகம்
நானோ அதில் இருக்கும் மழைத்துளி!
நீயோ கள்ளி பொருளை திருடும் கள்ளி அல்ல என் மனதை திருடிய கள்ளி நீ!
நீயோ புன்னகை இளவரசி!
நானோ புன்னகையின் மகுடம்!
நீயோ மீனாக இருப்பாய் நானோ நீராக இருப்பேன்!
நீயோ எழுதுகோலாக இருப்பாய்.
நானோ அதில் இருக்கும் மையாக இருப்பேன்!
நானோ கண்ணாக இருப்பேன்!
நீயோ கண்ணை காத்துக்கொள்ளும் இமையாக இருப்பாய்!
நீயோ புத்தகமாக இருந்தால்?
நானோ உன்னை காத்துக்கொள்ளும் அட்டையாக இருப்பேன்!
நீ எங்கு சென்றாலும் உன்னுடன் இருப்பேன்.
"எப்படி என்று தெரியுமா?"
"நான் உன் மனதில் இருக்கிறேன், உன் கண்களில் இருக்கிறேன்!"
என் பிம்பமே,என் உயிரே,
நீயோ தேன் நிரம்பிய மலர்.நானோ உன்னை ஆரவாரம் செய்யும் வண்டு!
நீயோ விரலாக இருந்தால்.

நானோ அதில் அணிந்திருக்கும் மோதிரமாக
இருப்பேன்!
நீயோ மரமாக இருப்பாய்.
நானோ அதில் இருக்கும் கனியாக இருப்பேன்!
"நீ சந்திரன் ஆவாய் நான் சூரியன் ஆவேன்"
நீ இரவில் ஒளி கொடுப்பாய்!
நான் பகலில் ஒளி கொடுப்பேன்!
'நாம் இந்த உலகிற்கு ஒளி கொடுப்பதுபோல்'
நம்முடைய காதலுக்கு ஒளி கொடுப்பாயா? என்
உயிரே!
கண் இருந்தால் கண்ணீர் இருக்கும்!
பண்இருந்தால் இசை இருக்கும் !
விரல்இருந்தால் நிகம் இருக்கும்!
குளம் இருந்தால் மீன்கள் இருக்கும்!
'அதேபோல்'
என் வாழ்வில் நீ இருந்தால்,சந்தோசம் மட்டுமே
இருக்கும்! என் இனிய காதலே

-ஜா. மிடோமி அக்சல்

கவிதையின் காதலி

கவிதை எழுதுபவர்கள் எல்லாம் காதலர்களாம்
ஆம் நானும் காதலித்தேன் காதலிக்கிறேன்
காதலிப்பேன்
இமைப் பொழுதேம் எனை நீங்கா எம் கவிதையை
கவிஞனாகத்தான் இருக்க வேண்டுமென்பதில்லை
கவிதை எழுத உள்ளார்ந்த காதல் ஒன்று போதும்
ஓராயிரம் கவி பாட உறவுகள் பிரியலாம் நம்
உணர்வது பிரியா ஒருபோதும்
அப்படியான உணர்வுகளுக்கு உயிர்தருவதே என்
காதல் (கவிதை) வார்த்தைகள் தோற்கும்
போதெல்லாம்
வழி கொடுக்கும் நற் தோழியாய் என் கவி
தனிமையில் துணையாய் இனிமைக்கு நல்
இணையாய் சுகத்தில் என் சேயாய் துக்கத்தில் என்
தாயாய் கனவிலும் ஓர் உறவாய்
என் கற்பனைக்கு உயிராய் என எல்லாமுமாக
என்றும் என்னுள் வாழும் காதலே
என் கவியே
கவிதைக்கு நான்
காதலுக்கு என் கவி
கவிதையின் காதலி.

-அன்னம்

என்றும் தொடரும்

நீ அருகில் இல்லாத போது நேரம் போகவில்லையே
என்று கவலை எனக்கு, நீ அருகில் இருக்கும் போதோ,
நேரம் போதவில்லையே என்று கவலை.
ஏனெனில், காதல் என்பது வார்த்தைகளினால்
வர்ணிக்க இயலாது,
வாழ்க்கையின் உயிரில் கலக்கும் ஒரு உணர்வு
காதல் மட்டுமே
எப்போதும் ஒரு இடைவெளிகளும் இல்லாமல்
சேர்ந்தே வாழ்வது மட்டும் உண்மையான காதல்
இல்லை;
நீண்ட தொலைவில் இருந்தாலும் அன்புக்கு
உரியவர்களின் நினைவுகளை சுமந்து வாழ்வதும்
தான் உண்மையான காதல்;
நீ என் அருகில் இல்லாதபோதும் தொடர்கிறது, எனது
காதல் பயணம் கவியுடன்!

-நந்தினி மாரப்பன்

வலி கொண்ட காதலன்

நினைக்க மறந்து
மறக்க நினைக்கிறேன்,
உன் இமைகளின் இடையில்
இறக்க நினைக்கிறேன்,
மாற்றத்தை என் மனதில்
விதைக்க நினைக்கிறேன்,
உன் வழியில்லா விழிகளில் இருந்து
பிழைக்க நினைக்கிறேன்,
நெற்றி புருவம் பற்றி தோனுமே
கண்கள், சிங்க முகம் கொண்ட
மான் உனை தேடுமே,
ஆகாய நீர்வீழ்ச்சியும் அதிர்ந்து போகுமே
சகியே! உன் அதிகார கூந்தல் அழகின் மேலுமே!!!
கொல்லிமலை வளைவுகளும்
நெளிந்து நிற்க்குமே,
உன் பூவிடை மடிப்பினால்
தலைகுனிந்து தோற்க்குமே,
சிலை செதுக்கும் சிற்ப்பியும்
சிதைந்து போவானே,
உன் செவ்விதழ் சிரிப்பினால்
மனம் வெந்து தேய்வானே..
மயில், குயில் வயலின் இனிமையான பாட்டு தோற்று
போகுமே,
உன் இயல் வளத்தின் குரலை கேட்டு, மெய் மறந்து
போகுமே..
காணொளியாய் கண்களில் தொடர்ந்து
நிறைகிறாய்,
கானல் நீராய் காற்றோடு கரைகிறாய்...
பாடல் வரிகளிலும் தொடர்ந்து

என் மனதை பாதிக்கிறாய்,
சிந்தையிலும் வினோ தமாய்
எனை நீ சோதிக்கிறாய்,
அள்ளி அனைக்க இயலவில்லை
காத்திருந்தும் பயனில்லை,
விட்டுச்செல்ல மனமும் இல்லை,
விட்டுக்கொடுக்க நினைத்ததும் இல்லை,
"விதியின் விளையாட்டால் விலகி நிற்க்கிறேன்"
என் மனதின் மன்னிப்பு நான் கூறா பதில்களுக்கு
இறப்பாலும் முடியாது,
உன் நினைவுகளை அழிப்பதற்கு

-ம.சிவசங்கரன்

வான்மழையும் அன்பும்

ஆழியிலிருந்து ஆவியாகி
மேகமானாலும் !
தூய்மையின் உச்சமாய்
மண்ணில் விழும்
மழைநீர் போலவே...
ஆழி போன்ற ஆழமான
அன்பினால் - பொங்கி எழும்
அலைகள் போல் உள்ளம் உருக
பொங்கி வரும் கண்ணீர்
உவர்க்குமெனினும்
மழைநீர் போன்று தூய்மையும்
உண்மை உணர்வுகளும்
நிறைந்ததுவே... -
அவனுக்கான அவள் அன்பும் ! அவனுக்கான அவள்
கவிகளும் !
மண் செழிக்கச் செய்யும்
வான்மழை போலவே -
அவனுக்கான அன்பை
அவனுக்கான காதலை
மேலும் மேலும் அவளுள்
வலுக்கச் செய்கிறது ;
அதிகரிக்கச் செய்கிறது ;
அவளின் கண்ணீர் !

- ச. த. ரேணுகா

அம்மு

நான்கு கால் நாய் குட்டி
நன்றி உள்ள நாய் குட்டி
நான்கு மாத குழந்தையாய் வந்து
என்னுள் பாசப்போர் நிகழ்த்திய நாய் குட்டி!
காய்ச்சல் என்று படுத்தேன்
கண்ணீர் வடித்தாய்
பிரிந்து நான் சென்றேன்
கண்ணீர் கடலில் மிதந்தாய்!
உணவருந்த நான் மறக்க
உண்ணாவிரதம் கொண்டாய் நீயும்
சோகத்தில் நான் மூழ்க
என்னை மீட்டெடுத்தாய் உன் அன்பில்!
கஷ்ட நஷ்டங்களும்
கவலை சபலங்களும்
மறந்து தான் போனேன்
உன் வாலாட்டும் அன்பில்!
புரிந்து கொண்டேன் பாசம் எதுவென்று
பூரித்து போனேன் உன் அன்பில்
கண்டு கொண்டேன் காதலின் அர்த்தத்தை
மூழ்கி போனேன் உன் நான்கு பாத அழகில்!

- **இசை**

காதலே வாழ்க்கை

தீராத ஏக்கங்கள் தீர்ந்து
தீண்டல் காண்கிறேன்
இதுதான் காதலா
பிறந்து ஆசானிடம் அன்புகாண்கிறேன்
வான்மிகு அன்பு இதுதானோ
வளர்ந்தும் அன்னையிடம் அன்புகாண்கிறேன்
வியக்கவைக்கும் காதல் இதுவோ
மணந்து உறவு காண்கிறேன்
மண்ணில்வரும் காதல் இதுவோ
சில மலரும் காதல் காண்கிறேன்
மாதங்களில் மாற்றம் தான் இல்லையோ
நட்பென்னும் காதல் காண்கிறேன்
நாடக மேடை இது இல்லையே
நகரும் காதல் காண்கிறேன்
நாடக காதலாயும் காண்கிறேன்
நாட்டம் கொண்ட காதலாயும் காண்கிறேன்
நடேசா காதலி காலங்கள் தாழ்த்தாதே
மண்ணான பிறகு மனம் ஏங்காது .

- ஸ்ரீதர். ரா

நினைவுகளுடன் வாழ்க்கை!

அந்தி சாயும் பொழுதில் நிலவொளியின்
வெளிச்சத்தில் உன்னோடு நான்!
உலகையே மறந்து உன் கரங்களை
பற்றியவாறு உன்னோடு நான்!
நட்சத்திரங்களின் நடுவே உன் காதலைத்
தேடித் திரிந்தவாறு உன்னோடு நான்!
கடலுக்குள் சிப்பியை போல் உனக்குள்ளே புதைந்த
என் இதயத்தை உணர்ந்தவாறு உன்னோடு நான்!
வானிலை தோன்றும் மின்னலைப் போல் உன்
விழியில்
சிறைப்பட்டவாறு உன்னோடு நான்!
மழையில் மகிழும் மயிலைப்போல் உன்
அருகாமையில்
மெய்சிலிர்த்தவாறு உன்னோடு நான்!
அண்டத்தையே மயக்கும் உன் விழியில்
சிதையப்பட்டவாறு உன்னோடு நான்!
உன் அழகு கொஞ்சும் மொழியால் உன்
வார்த்தையில்
மயங்கியவாறு உன்னோடு நான்!
ஆம், நிஜத்தை ஏற்றுக்கொள்ள மனம் இல்லாமல்
கனவுலகில் உன்னோடு நான்!
உன் நினைவுகளோடு நான்!

-Sneha Sivakumar

எனது கவி பயணம்

அன்பு தான் அகிலத்தை ஆள வைக்கிறது
இரு உயிர்கள் இணைந்து நேசிப்பது
அன்பு மொழியான காதல்
காதலிக்க வேண்டும்
நம்மை நாமே
காதலின் வாசம் வீச வேண்டும்
மற்றவரின் உள்ளத்தில்
மூன்று எழுத்தில் அமைந்துள்ளது
ஆயிரம் உண்மைகள்
மூன்று எழுத்து மந்திரங்கள் மனிதனின்
எந்திரங்களாம்
அன்பு, அப்பா, அம்மா, தாத்தா,பாட்டி , பக்தி
இவையெல்லாம்
பிணையும் சங்கிலி தான் காதல்
காதலில் வெற்றி காண்போர் சிலரே
தோல்வி அடைந்தார் பலர்
என்னை வெற்றிக்கான பாதையில்
அழைத்துச் செல்கிறது காதல் தான்
காதலில் வெற்றி பெற்றால் இனிக்கும்
இல்லையேல் அந்த அனுபவம் கசக்கும்
எனது காதல் பயணம் மிகவும்
வித்தியாசமான ஒன்று
உயிர்கள் மேல் இல்லாமல்
உயிரற்ற எழுத்துகளில்
அமைந்து உள்ளது
ஆயிரம் முறை தோற்றாலும் பல்லாயிரம்
அனுபவங்கள்
திறமைகளை வளர்த்துக் கொள்ள
உயிரற்ற எழுத்துகளில் அமைந்து உள்ளது
உயிரை ரசிக்கும் சக்தி
கவிஞர் என்னும் பட்டத்தை காதலித்து
கவி இயற்றுகிறேன்

என் கவியினை பலர் காதலிக்க
மனித காதல் உயிரோடு
தொடர்பு இருக்கலாம்
கவிஞரின் காதல்
தன் கவி வழியே பயணமாக
தொடரும் மரணிக்காமல்

-கவிஞர் மகாலட்சுமி ராக்கியப்பன்

தேடி வந்த காதல்

என்னை பற்றி யோசிக்க, என்மீது அக்கறை கொள்ள, என் ஆசைகளுக்கு மதிப்பளிக்க, சந்தோசம் என்றால் என்னவென்றே தெரியாத என்னிடத்தில் என் வாழ்வின் ஒட்டுமொத்த சந்தோசமாக அவன் வந்தான். வறண்டு கிடந்த என் இதயத்தின் தனிமையை போக்கி காதல் என்னும் இனிமையை தந்தான். என்னகாக வந்த என் காதலனை காலம் முழுவதும் நேசிக்க வேண்டும். காலம் மறைந்தாலும் சுவாசிக்க வேண்டும், எனக்காக விட்டுச் சென்ற என் மன்னவனின் மூச்சுக்காற்றை.
அதிலும் நான் பிராத்திப்பது தேன் சொட்டும் என்னவனின் காதல் மொழிகள்.

-நெ. சுபராகவி

கருக்காதல்

தவமாய் நீ உருவெடுக்க
தாங்கினேன் என்னுள்ளே
திங்கள் கணக்கெடுத்து
தீங்கேதும் உனை தீண்டாது
துன்புறவும் விடாது
தூறலாய் இதமளித்தேனே
தென்றலாய் வருடினேனே
தேடியபோதெல்லாம் அரணானே
தைரியமூட்ட முனைந்தேனே
தொலைதூரம் செல்ல துணிந்தாயே
தோற்று போனதுவே என்காதல்
உன்மேல் நான் கொண்ட காதல்
கருவாய் என்னுள் நீ
பிறப்பெடுத்த நாள்முதல்
கலைந்து எனைவிட்டு நீ
பிரிந்து சென்ற நாள்வரை
ஏங்குகிறேன்...
ஏக்கம் தீர்க்க வருவாயா???
ஷர்மி.

- அருள்மொழி காதலி "ஷர்மி"

யாரோ அவன்?

என் உயிரின் வேரோ அவன்?

எனக்கான ஒரு தேடலில்
நான் யாரென்ற தேடலில்
கிடைத்த பொக்கிஷமடா நீ
யாரடா நீ??
என் மனமெனும் பாலையை
சோலையாய் மாற்றினாயடா
அடைபட்ட வழிகளை உன்
விழிகளில் காட்டினாயடா
திக்கு தெரியாத திசையில்
மின்மினியாய் ஒளிர்ந்தாயடா
உன்னால் தொடங்கிய இப்பயணம்
உன் விரல் கோர்த்து
தோள் சாய்ந்து
உன்னோடு தொடர விரும்புகிறேனடா
முடியவில்லா பயணமாக
இறுதிவரை!

-Priya

கொண்டேன் காதல்

என் ஜன்னல் விருந்தாளியே! சாளர மரமே!
இரவு வந்தது! தேனுடன் பால் கலந்தாற்போல்
இசையுடன் இளந்தென்றலும் வந்தது!
உனக்கும் எனக்கும் இருக்கும் பந்தத்திற்கு
பெயரேதும் வேண்டாமே!
தெளிவின்றி, கனவு தரையில், நிலைகொள்ளாது
மேகக் கூட்டங்களில் சஞ்சரித்த நேரமிது!
நீ காற்றினிலே எடுத்துக்கொள்ளப்பட்டு
அலைப்பாய்ந்திட்டதைப் பார்த்திட்டேன்!
அவ்வாறே காற்றில் எடுத்துக்கொள்ளப்பட்டு
அலைப்பாய்ந்திட வேண்டும்!
அலைந்து அலைந்து மலைநாட்டு செடிகளுக்குள்
தொலைந்து போக வேண்டும்!
தனிமையின்றி தன்னிகரில்லா இயற்கையுடன்
கைகோர்க்க வேண்டும்!
தூரத்தில் இருக்கும் துணைவனுடன் இணை
வேண்டும்!
வெள்ளை வெள்ளையாய் கொள்ளை அழகு அவன்!
அதென்ன அத்தனை பெண்ணுக்கும் அவன் மேல்
காதல்!
அழகில் வந்ததா? பெயரேதும் செய்ததா?
அவன் பெயரும் அழகுதானே! சந்திரன்! நிலா!
அவனும் நானும்!
அவனும் நானும் மட்டும் இருவரும் ஒருவராய்
உலாவிடும் இரவு என்னும் நேரமது!

-நிவேதா

உண்மைக் காதல்

கனவுலகில் கோட்டை யெழுப்பி
காதலில் கரைந்திட்ட நேரம்
காரணமின்றி கன்னியவள் கலைத்திட
கண்ணீர்த் துளிகள் வழிய
கலங்கி நின்றான் காதலன்!
காதலின் ஆழத்தைக் கண்டறிய
பெண்ணிவள் நடத்தும் நாடகமோ?
நடப்பதென்ன வென்ற றியாத
நாயகன் நிலைகுலைந் தவனானான்!
ஈன்றவளின் இன்பத்திற்கு இன்னல்
இழைக்க இயலாததே இந்நிலைக்குக்
காரணமென் காதல் கணவா
உன்மேல் ஒருதுளி கோபமில்லை
முறையாகப் பெண் கேட்டால்
மகிழ்ச்சி பொங்க மணவறையில்
மனதைக் கொடுக்க தயங்கே
னென்ற தலைவியின் வாக்கில்
தவறேதுமில்லை யென்று ணர்ந்தான்!
தரம் உயர்த்தி தாலியுடன்
வந்துன்னை தாரமாக்கு வேனென்று
துணிந் துரைத்தான் தலைவன்!
பிரிதலென்ற இடைக்காலப் பிணியை
புரிதலென்ற புனிதமருந் தாலழித்து
கரம் பிடிக்க காத்திருக்கும்
கணவனின் உண்மைக் காதல்!

- ரா.சி. லோகேஷ்வரன்.

புவி அரசி

உன்னை பார்க்க நினைக்கிறேன்;
என்னைதாங்கும் புவியைக் காண்கிறேன்
காரணம் உன் பெயரில் வருவதால் !
உலகை வெறுக்கிறேன் ; ஆனால் - புவியை மட்டும்
நேசிக்கிறேன் !
உறவை நம்புகிறேன் ; அதைவிட - உன்னை அதிகம்
விரும்புகிறேன்!
உன்னை காண நினைக்கிறேன்; என் கண்களை
மூடி-உன் நினைவை இரசிக்கிறேன்!
அறியாத கனவாய்;
புரியாத புதிராய்;
உன் நினைவுகள் _ என்னுள் வாழ்கிறது உயிரே

-தமிழ்மணி. மு

அதிசய பெண்ணே

மாயக்கண்களை உடைய அதிசய பெண்ணே!
உன் கண்விழி இரண்டையும் நீ துடைக்கும் பொழுது-
அவ்வெண்ணிலாவையே காய்ச்சல் வாட்டுதாம்!
அச்சூரியனையே உன்கண்ணீர் வருட்டுதாம்!
அந்நட்சதிரங்கள் ஒளியுணர்வை இழக்குதாம்!
நான் என்ன சிறிய ஜீவன் -தாங்குவேனா?
நான் காண நினைப்பது "
புன்னகையில் மிளிரும் -
அந்த முகத்தை மட்டுமே!

- தமிழ்மணி. மு

என் உயிர் சிநேகிதியே

என்னை ஞாபகமுன்டோ ?
ஒரு கணத்தில்-
உனக்கு நானாய் ;
எனக்கு நீயாய்--பழகினோமே!
அந்த உறவு நினைவுக்கு வருகிறதா?
எவரின் பாவத்திலோ- அது
ஒரு கணத்தில் பிரிந்து போனது!
அக்கணத்தில் புரியவில்லை -
இப்பொழுது என்மனம் அதைத்தான் தேடுகிறது!
நான் பிழைச் செய்தேன்-ஓர்கணம் ; அதற்கு
இத்தன்னை காலம் வருந்தி வருகிறேன்!
என் இதயம் உன்னிடம் பணிகிறது ; மீண்டும்
உனக்கு நானாய் ;
எனக்கு நீயாய் ;
வாழ இடம் கொடுபாய-?
உன் வாய்மொழியில்-
என் இதயம் !

- தமிழ்மணி. மு

முதலும் முடிவுமே காதல்

முதலும் முடிவாய்
உண்டான காதல்.
முதுமையானாலும் முடியாத நம் காதல்.
உன்னை முதல் முறை பேருந்து பயணத்தில்
ஜன்னலின் வழியே காண்கையில்
என்னில் பல மாற்றங்கள்.
காதலே வேண்டாம்
என்றவளை காதலிக்க
செய்தவனே என்னவன்.
பெயரை அறியும் முன்பே
என் மனப்பெட்டகத்தில்
பதிந்த உன் திருமுகம் தான் காதலோ.
எதிர் எதிரே கடந்து போகையில்
கண்களால் காதலை பரிமாறிக்கொண்டோமே
அதன் பெயர் தான் காதலோ.
வாய்மொழியில்லா விழிமொழியால் காதல்
செய்தோமே இதுதான் காதலோ.
நீ வரும் பாதையை வழிமேல் விழிவைத்து உன்
வருகைக்காய் ஏங்குவது தான் காதலோ.
உன் கன்னக்குழி சிரிப்பில் தன்னை தொலைப்பது
தான் காதலோ.
இப்படி பல கேள்விகள்
நெஞ்சுக்குள் இருக்க
என்னவனோ அவனின்
கண் அசைவில் காதல் சொன்னானே.
வார்த்தைகளால் சொல்லும் காதலை விட
கண்களின் வழியே இதயத்தை
வெளிப்படுத்தினானே என்னவன்.
அவன் என்னிடம் சொல்லும் ஐ லவ் யூ விட
ஐ மிஸ் யூ சொல்லும் வார்த்தையில் அவனின்

மொத்த காதலையும் தந்தானே என்னிடம்.
நம் இருவரில் தொடங்கி
ஒரே உயிராய் முடிவதே நம் காதல்.
காலங்கள் பல கடந்தும்
முதல் காதல் என்றுமே மறையாதே
நம் நெஞ்சில்.

-அ. வினோதினி

கலைகள் நிறைந்த என் காதல்

பெண்ணே நீயும் நானும் புல்வெளியில்
அமர்ந்து பேசிக்கொண்டிருந்தோம் அப்பொழுது
நான் பசுவானேன் உன்னிடமுள்ள
நற்குணங்களை தெரிந்துகொள்வதற்காக!
கண்மணியே நீயும் நானும் படகில்
சென்று கொண்டிருந்தோம் அப்போது
நான் அன்னப்பறவையானேன் உன்னிடமுள்ள
நல் அன்பை உணர்வதற்காக!
மொத்தத்தில் உன்னை கண்டதிலிருந்து,
காற்றில் பறக்கும் இறகைப் போல நானும்
பறக்கின்றேன் உன் நினைவால்
நீ என்றும் எனக்காக நான்
என்றும் உனக்காக காத்திருப்பேன்.

-ஏ.கிருபாகணேஷ்

காதலில் தொலைந்தேனே

உன் விழிகளில்
ஓராயிரம் கவிதைகளை வாசிக்கிறேன்
என் இதயம் என்னும் புத்தகத்தில்
"காதல்" என்று பெயர் கொண்ட கவிதை நீயடா
என் எழுத்தா பக்கங்கள் அனைத்திலும்
நீயே நிறைந்திருக்ககறாய்!
என் வெள்ளை காகிதம் முழுவதும்
உன் முகமே வெண்பதுமையாய் இருக்கின்றது
உன்னை எண்ணி வர்ணிக்கும் வேலையிலே
என் வார்த்தைகளும் சிறிது
வெக்கத்தில் தள்ளாடுகிறதே!
உனது இதழின் ஓரம் தோன்றும்
சிறிய புன்னகையில்
மொழி தெரியதா உலகத்தில் தொலைந்தேனே!
காத்திருப்பேன், தொலைந்த என்னை
எப்பொழுது தேடி வருவாய் என்று!

-M.Anusha

வால் கொண்ட தோழன்

சிறுவயதில் சிறு ஆசை வீடெங்கும் பவ் பவ் ஓசை
உன் பாதம் பதித்த சுவடுகள் எங்கெங்கும்
என் வருகைக்காக உன் முகம் ஏங்கும்
ஒரு கோப்பை நீரில் இருவரின் குளியல்
ஒன்றாக விடிந்ததே இருவரின் விடியல்
உறக்கத்தில் இருந்தாயே தலையணையாய்
உள்ளாசத்தில் குதித்தாயே தினம்துணையாய்
அழகாக நான் தீட்டிய ஓவியம்
சேற்று பாதத்தில் பூசினாய் வண்ணம்
சேர்ந்து உண்டோம் பல இரவுகள்
ஊர்ந்து சென்றோம் தொலை தூரங்கள்
நாடோடிகளாய் சுற்றித்திறிந்த பயணம்
நாட்காட்டிகள் தாண்டி நினைவில் நின்ற தருணம்
அமைதியாக உறங்கிக்கொண்டிருந்தாய்
மூச்சுக்காற்றின் வீச்சு நின்றது
அசைவற்று கிடந்தாய் என் பதினோரு வருட
நினைவுகளாய்!

–நந்தினி சந்திரசேகரன்

என்னுடைய காதல்!

எனக்கு அவனை பிடிக்கும்
எதிர் வீட்டில் இருப்பதால் என்னவோ
எனக்கு அவனை பிடிக்கும்
கண்ணத்தில் குழிகள் விழுவதால்
என்னவோ!
எனக்கு அவனை பிடிக்கும்
ஓரக்கண்ணால் என்னை
பார்ப்பதால் என்னவோ!
எனக்கு அவனை பிடிக்கும்
அவ்வப்போது பார்த்து சிரிபதால்
என்னவோ!
எனக்கு அவனை பிடிக்கும்
சத்தமில்லாமல் முத்தம் தருவதால்
என்னவோ!
எனக்கு அவனை மிகவும் பிடிக்கும்
இன்னும் தலிர்நடை மாராப்
பலகனாய் இருப்பதால்
என்னவோ!!

-நளினிகண்ணன்

வரமாகி வந்தவளே

உன் முகம்பார்த்து!
வார்த்தைகளின்றி
கைதான உதடுகளால்!
கண்ணோடு மட்டுமே என் கலந்துரையாடல்!
உன் கைவிரல் கோர்த்து !
நடக்க துடித்து!
கனவுகளில் மட்டுமே உலா வருகிறேன்!
பேசதுடிக்கும் என் இதய வார்த்தைகள்!
உன் பாதங்களை கண்டதும்!
உளறல் மொழியாகி!
உணரமுடியாத உள்ளகளிப்பில்
கவிதையாகியது!
இரவின் மயக்கத்தில்
நிழல்கூட தூங்க மறுத்து!
உன் பெயரே முணங்குகிறது
உன் நினைவாலே!
எனக்கொரு வரம் கிடைத்தால்!
உன் நிழலாகும் வரம் கேட்பேன்!
உன்னை பிரியாது வாழ!

-சு. கோகிலா

துன்பக் கடலில் மூழ்கி எடுத்த முத்து

அவள் இஷ்டப்பட்டு வாழ தான்
கஷ்டப்பட்டு உழைத்தவன்!
அவன் வியர்வை துளியில் விளைந்த
முந்திரி பழம் அவள்!
அவள் சுதந்திரமாக வானில் பறக்க
தன் சிறகினை நல்கியவன்!
தான் சுமை தூக்கி உழன்ற வேலையிலும் அவளை
ஒரு சுமையாக எண்ணிக் கொள்ளாதவன்!
ஆயிரம் வறுமைகள் தன்னை வாட்டினாலும் அவள்
விருப்பத்திற்கு முன்னே செல்வ குமரன் அவன்!
ஊரெல்லாம் கொட்டம் அடிப்பவனாம், அவள்
முன்னே மட்டும் தலை அசைப்பவனாம்!
அவன் முத்தாய் சிந்திய வேர்வையெல்லாம் அந்த
முத்து செல்விக்காகவே!
இருட்டு கண்ணாடியில் தெரிந்த பிரம்ம சுடர் அவள்!
அவளை சிற்பமாய் வடித்தெடுக்க தன்னை உளி
கொண்டு செதுக்கிய சிற்பி அவன்!
அவளுக்கு வாசனை திரவியமாம்!
அவனுக்கு வியர்வை திரவியமாம்!
என்றும் அவன் இதய கோட்டையில் வீற்று ஆட்சி
புரியும் மகா ராணியவள்!
அவன் அவன் எவனவன்?
அவனே அவள் சிந்தையிலும் உயிரிலும் இரண்டற
கலந்தவன், இறைக்கும் மேலானவன் அப்பன்
எந்த கவிஞனாலும் விவரிக்க முடியாத காவியம்,
அப்பாவிற்கும் மகளுக்குமான இடைப்பட்ட
காதலை!

-இ.ரா.சங்கீதா

"எங்கே எனது பால்நிலா!"

'காவிரிக்கரையில்!
சில்லென்றதரையில்!
பேச்சுத்துணையில்லா பேதையைப் போல.
உறக்கமில்லாதிருந்தவனின் இரவும் நீள.
நிலாவே பேச்சுத்துணையாய்!
நேற்று கதைத்த என் பால்நிலா இன்று இல்லாததால்,
இருட்டியது இரவு!
காற்று கண்ணில் சென்று உருமாறி,
பொல்லாததாய்,
உறுத்தியது நினைவு!'

-Madhavan.D.S.L

இயற்கை இறைவி

வானமகள் பருவமெய்திட
ஈரப்பசையின் கதகதப்பில்
எட்டுத்திக்கும் திசையாவும்
வண்ண வண்ணப் பூக்களோடு
பச்சை வண்ணப்பூக்காடு
பச்சை வண்ணப் பாவாடை
பூக்கள் அதன் மேலாடை
அருவி ,தாய்முலைப் பாலாடை
உண்ட,மயக்கத்தில்
இளைப்பாறும் பட்சிகள்
அந்திப்பூக்கும்,வானம்
காற்றின் கீதம்
நீல மலை முகட்டில்
சூல்கொண்டு திரண்டு
ஆரத்தழுவி முந்தானை போர்த்தி
தரையிறங்கக் காத்திருக்கும்
கார்முகில் கூட்டம்
கைந்நொடியில் கண்டுகளித்த
பச்சை பொன்மேனியவளின்
அழகியலின் அற்புதங்கள்
இருள் சூழும் இராவில்
மண்ணின் மார்துளைத்து
காதல்கொள்ளும்
பனிமழைத் துறல்
தத்தி தவழும் தவளையும்
தவளை விழுங்கும் பாம்பும்
பருவமெய்தும் பட்டாம்பூச்சியும்–என்
காதலுக்கு உவமை.
குயில் பாட மயில் ஆட
மலர்த்தூவும் மழைச்சாரல்
இவையே இயற்கை இறைவிமீது
நான் கொண்ட காதலின் அலாதி
காரணிகள்!

-கவிதையாளன பா மோகன் தாஸ்

காதலித்துப் பார்!

நீ அழகென நினைத்திருந்த
அத்தனையும்
அடையாளம் தெரியாமல் போய் இருக்கும் ,
பிறந்த குழந்தையாய்
அவள் கைகளுக்குள்
சிறைப்பட்டே கிடந்திட
தவம் கிடப்பாய் ,
பிரிவால்
கத்திக் கதறி
அழுவாய் ,
விடியும் விடியுமென
விழித்தே
இரவை முடிப்பாய் ,
அவள் விரல் பிடித்து எழுந்திட
மீண்டும் மீண்டும்
வீழ்வாய் ,
எச்சில் ஊறியவாறே
அச்சில் வார்த்தது போல்
ஒரே கனவு
கண்ணில் தடம் புரளும் ,
முத்தத்திற்கு யாசிப்பாய் ,
பழைய வானொலியாய்
அவள் பெயரை மட்டுமே
வாசிப்பாய் ,
பிறர் பேச்சு
காதுகளை தீண்டாது ,
காதல் குறள்
உன்னைவிட்டு நீங்காது ,
ஆதி அந்தம்
அத்தனையும்

நீயென மிதப்பாய் ,
உலகம் சுழல்வதே
உமக்கென
கர்வம் பிறக்கும் ,
காதலுள்
காமம் எட்டிப் பார்க்கும்,
பக்குவமாய் அதை பதுக்கி
பத்திரமாய்
பாதுகாப்பாய்
காமம் கலக்காமல்
காதலை ,
காதலித்துப் பார்,

- ஞாழல்

நினைவுகளின் நேசமே

காயம் கண்ட காதல் பல
காலம் கடந்த காதல் பல
காவியம் படைத்த காதல் பல
காதலே!
உன்னில் மூழ்கி கிடந்தேன்
அவளை கண்ட பின்
புதிதாய் பிறந்தேன்
பூப்பூத்தேன் அவளை
நேசித்த பின்,
இமை மூடாமல் இராவெல்லாம்
கண்விழித்தேன்,
ஒவ்வொரு பொழுதும் உன் நினைவு,
ஒவ்வொரு கணமும் உன் நினைவு,
நினைவெல்லாம் உன்னை
நிரப்பினேன் மனம் எனும் மாயையாய்!
உன் விரல் தொடங்கிய ஏங்கிய
கணங்கள்!
உன் கை கோர்க்க தூண்டிய
கணங்கள்! மறைந்து பார்த்து மனதை
நிரப்பிய கணங்கள்
தேடிய கணங்கள்!
தேடி துடித்த கணங்கள்!
வாசனை உணர்ந்த கணங்கள்!
வாசம் வாசம் நிரம்பிய கணங்கள்!
நெஞ்சமெல்லாம் சொர்க்க பூமியாய்
மாறிய கணங்கள்!
பேதையாய் தனிமையில் சிரித்த
கணங்கள்!
பயத்தோடு கண்ணீர் விட்ட கணங்கள்!
பார்வையில் உன்னை சிறையெடுத்த
கணங்கள்!
காதலே!

உன்னில் விழுந்தேன்
மீட்டெடுக்க வந்தவளின்
கைகோர்க்க!

-இந்திரலட்சுமி. இ

என்னவள்!

புருவங்கள் வில்லாக,
இளநகை கணையாக,
இலக்கே நோக்கமாக,
எதிர்நோக்கி நிற்கிறாள் எனை,
தேவையோ பாவையின் கணை!
எனை வதைப்பதே இவள் குணமோ?
காண்பாளோ அதில் சுகமோ?
எண்ணத்தில் இவள் இல்லாத கணம் எதுவோ?
அதில் உறைந்து நிற்க வழி எதுவோ?
என்னை வருத்தி நிற்கிறாள் அவள்
என்னின் கர்ம பலனோ இவள்
மலரின் கருவான மென்மையின் உரு இவள்
அழகே உருவான பிரம்மனின் மகள் அவள்
அவள் இன்றி வாழ்வது இக்கணம் முதல் மயனம்
இனிதே துவங்கும் என் காதல் கவி பயணம்!

-S.Yoganadhan

பரணிதரன்

காரிகையின் கணவாளன்

காதல் கனவா? நிஜமா?
காதல் மெய்யா? பொய்யா?
காதல் அனுபவமா? எதிர்பார்ப்பா? கேள்விகளோ பல
உண்டு!
விடைகளோ அவனிடம் மட்டுமே உண்டு
வாழ்க்கையின் மேடு பள்ளத்தில்
குதித்து விளையாடும் போதெல்லாம்
சறுக்கி கீழே விழாமல்
பக்குவமாய் தாங்கிப் பிடிப்பவன் அவனே.
கவலையில் மூழ்கினாலும்
களிப்பினில் மிதந்தாலும்
பெருமையின் பெருமூச்சிலும்
அழுகையின் தேம்பலிலும்
கண் முன் நிற்கும்
முதல் முகமும்
காதில் கேற்கும்
முதல் குரலும்
என்றுமே அவனுடையதே !
காதல் இனிக்குமென்றால்
திகட்டாமல் இருக்க
தண்ணீராய் இருப்பான்
காதலும் கசக்குமென்றால்
கசக்காமலிருக்க
சர்க்கரையாய் இருப்பான் ...
எனக்காய் வருவான்!
என் மேல் கொண்ட காதலை
எனக்காய் அள்ளித் தருவான்
வாய் வலிக்கப் பேசும் என் பேச்சுகளையும்
மறுக்காமல் கேற்கும் அவன் செவிகள்...
பேச நேரம் கண் ஜாடையில்
நிலவரம் அறியும் அவன் மொழிகள் ....
காவியக் காதலை கேற்கவில்லை

காதலோடு கவிபயணம்

என் காதலையே காவியமாய் வரைகிறேன்
கேட்டதை வாங்கித் தரும்
பணத்திற்கு சொந்தக்காரன் அல்ல
கேட்காமலேயே நலம் அறியும் மனதிற்கு
சொந்தக்காரன்!
வாழ்க்கையின் பயணத்தில்
காதலர்கள் ஆனோம்
மனம் எனும் தேரில்
காதலின் எரிபொருள் ஊற்றி இறுதிவரை
பயணிப்போம் இனிதாகவே!

-ஷாரிகா.தே

மௌன காதல்!

வாய்த்த நினைவுகள்! வாய்க்காத
அர்த்தங்களாய்!,கலையுறும் கனவில் இவன்! கதறிய
காலங்கள் அது!
படவரிசை பதிவில் அலை(ழை)விடுத்த
ஓசையில்,புதிராய் நின்றது,ஓர் கேள்வி!
அக்கேள்வியின் பிடியில்,குழப்பத்தின்
நிலையில்!,வரித்த இலக்கில், வந்தடையவில்லை
என்னுள் பதில்கள்!
அன்று உணர்ந்தேன்!
காற்றின் தோகையில்,கடவுளின் வாசனையை!
என் அகதினுள் அவள் மெல்ல மெல்ல,
மெல்லியதாய்,இருதயக்கூட்டின்
இசையாகி,உணர்விலா உயிராய்,அமிழ்ந்தாள்
"குழலியாய்"!
காற்றின் அலைகளெல்லாம், இசையாகும் வரம்
பெற்றது என்றால்,அது அவள் மொழியில் தான்!,
அவள் "காற்றுவெளியிடையாய்"கடவுளின்
துகளாய்,உயிரின் சாரலில்,இசைத்திடும்
"ஆன்மமாய்",என்னுள் ஆழமுற்றாள்!
அவள் இவன் அறியும்,இவன் அன்னை
ஆனாள்!,"அமரா"எனும் ஒற்றை சொல்லில்,யுகம்
தந்து,என் நிலை கொண்டாள்!,அவள்
தடத்தில்,இவன்!,அவள் தடம் கண்டான்!,ஏக்கம் எனும்
தாரிகையில், இவனின் பிம்பம் ஆனாள்!
இவனுள் அவள்?!
உயிர்மிசையில் வருடும்,காற்றா?
மனமெட்டிய மேகமா?
எனை அசைக்கும் உயிரலையா?
மனமுணரும் இசையா?
விழி சூழ் இமையா?

உயிர் சூழ்ந்த உடலா?
என்னுள் எழுந்த விருட்சமா?
நிறமற்ற தூரிகையா?
ஜீவன் கடத்தும் நொடியா?
விழி நீளும் கனவா?
நிலவில் நீளும் களங்கமா?
என்னுள் நிறைந்த ஞானமா?
உள்ளத்தை வென்ற காதலா?
யாழ் பிறந்த இசையா?
கணையில் வீழ்ந்த உயிரா?
உயிர் கொண்ட அமைதியா?
என்னுள் தோற்று நிற்கும் தேடலா?
வடிக்க முடியா காவியமா?
எண்ணிலடங்கா நட்சத்திரமா?
உயிர்போல் உவமையா?
நித்தம் காணும் மாயமா?
இருளில் ஒளிந்த ஒளியா?
நெஞ்சின் அலைகளா?
.விழிகளில் நீராடும் நீரா?
என மௌனத்தின் பிடியில்! பித்தனாய் சித்தமுற்ற,
என்னுள் அவள்!
"மௌனத்தின் புதிராய்"நீள்கிறாள்!

-நான் அமரன்

எல்லாம் காதலே

பயணம் செல்
சயனமில்லாமல் செல்
செல்லும் பாதை நீளம்
காணுகின்ற காதல் ஏராளம்
பட்டாம்பூச்சி வழிசொல்லும்
மரங்கள் பாதை ஒதுக்கும்
பறவை மேகம் மேல் நடப்பது காதலே
விண்மீன் எல்லாம் நிலவுக்கு
முத்தம் தருவது காதலே
மீன்கள் கரையை உரசி
செல்வது காதலே
துறவிக்கு தெரியாதோர் உணவு தருவது காதலே
அகந்தை இன்றி தென்றல் மனிதனின் உயிரில்
கலப்பது காதலே
மொழியறியா ஊரிலே மனமறிந்து உதவுவது
காதலே
காதல் தேடதே உணர்
காதல் என்பது
அளவீடு அல்ல
அது பதிவேடு புத்தகம் போட்டு வை
போற போக்கில் படித்துக்கொள்ளலாம்.

-பரணிதரன்.சி

என்னவளின் நாணம்:

மையிடா விழிகள்
சாயம் பூசா இதழ்கள்
புடவையில் வெட்கப்பட்டு
மறையும் இடை மடிப்பு
பன்னீரின் வாசமிகு கேசம்
திருஷ்டியாய் இறைவன் வைத்த மச்சம்
மென் பூவை வைத்து
பாதம் அலங்கரித்தலோ
தேவலோக மந்திரியாய் அன்ன நடை
இதிலெல்லாம் செய்த சிலை அவளின்
விழிகள் பார்த்து காதல் சொல்ல
பல பயிற்சிகள், போராட்டங்கள்
காதல் சொன்னாயா?
என்றால்
"வெட்கமே" அதற்கு பதில்
உன் விழிகள் என் விழிகளோடு சந்தித்தில்
பூலோகத்தில் இன்று
சூரிய கிரகணமாம்மையிடா விழிகள்
சாயம் பூசா இதழ்கள்
புடவையில் வெட்கப்பட்டு
மறையும் இடை மடிப்பு
பன்னீரின் வாசமிகு கேசம்
திருஷ்டியாய் இறைவன் வைத்த மச்சம்
மென் பூவை வைத்து பாதம் அலங்கரித்தலோ
தேவலோக மந்திரியாய் அன்ன நடை
இதிலெல்லாம் செய்த சிலை அவளின்
விழிகள் பார்த்து காதல் சொல்ல
பல பயிற்சிகள், போராட்டங்கள்
காதல் சொன்னாயா?
என்றால்
"வெட்கமே" அதற்கு பதில்
உன் விழிகள்

என் விழிகளோடு சந்தித்தில்
பூலோகத்தில் இன்று
சூரிய கிரகணமாம்!

- இதய தூரிகன்

பேருந்து நிலையப் பேரழகி

நம் முதல் விழிபார்வை பார்த்த பேருந்து நிலையமே
நம் இருவரின் இதயம் கோர்த்த காதல் வளையமே
தினமும் ஒவ்வொரு நொடி கணமும்
உன் வருகைக்கு பார்த்திருந்தேன்
என் பேருந்து சென்றாலும் உன் விழி விருந்துக்காக
காத்திருந்தேன்
என் ஏழு ஜென்ம காதலும் உன்மேல காட்டவே
என்னுள் சேர்த்திருந்தேன்
நீ வந்ததும் கடைக்கண் காதல் பார்வை
தந்ததும்...கோடை வெயிலிலும் எனக்கு மட்டும் தூரல்
அடிக்குது
உன் விரலிடையில் என் விரல்களை
விளையாடவிட்டு தூரமாக செல்ல மனம் துடிக்குது
இந்த நிமிடம் மட்டுமே வாழ்வில் போதும் என்ற
அளவு பிடிக்குது
முதல் பார்வையிலே முழுதும் மூழ்கி போனேன்
சட்டென வீசிய
மறுபார்வையிலே என்னை மறந்தே போனேன்
தோழியோடு பேசிக்கொண்டே என்னை
தொலைக்கும் பார்வை வீசிக்கொண்டே இருந்ததில்
அவளிடம் முழுசாய் விழுந்தேபோனேன்
அவள் பேருந்தில் ஏறிச்சென்றும்
புன்னகையால் போகிறேன் என கூறிச்சென்றும்
உணர்ச்சி அற்று உறைந்தே போனேன்
மீண்டும் நாளை இதே வேளை அவள் வரும்
சாலை...காதலோடு காத்திருக்கும் காளை.

- ஆனந்த். சு, மானங்காத்தான்.

காதலியின் கனவுகள்

காலையில்
எழுந்து உன் முகம்
பார்க்க ஆசை
ஆனால் கையடக்கப் பேசியில் தான் உன்
புகைப்படத்தை பார்க்க முடிந்தது என்னால்
உன்னுடன் கைகோர்த்து
நடக்க ஆசை
ஆனால் நடப்பது போல் கனா மட்டுமே காண
முடிந்தது என்னால்
காதல் மொழியில் உன்னுடன்உரையாட ஆசை
ஆனால்
குறுஞ்செய்தியில்
மட்டுமே உரையாட முடிந்தது என்னால்
பனி உறைக்கும் இரவில்
மொட்டை மாடி நிலவில்
உன்னுடன் கதை பேச ஆசை ஆனால்
உன் நினைவோடு மட்டுமே கதை பேச முடிந்தது
என்னால்
என் ஆசையெல்லாம் சேர்த்து
ஒரு கவியாய் தொடுத்து
காதலனுக்காக என் பயணம் தொடர்கிறது
காதலோடு!

- தமிழை சுவாசிப்பவள்

பார்க்கும் இடமெல்லாம் காதல்

எங்கேயும் காதல்!
எதிலும் காதல்!
காற்று மரங்கள் மீது கொண்ட
காதலால் தான் மரங்கள் வழி
காற்று இலவசமாக வீச செய்கிறது!
நெருப்பு தீக்குச்சியின் மீது கொண்ட
காதலால்
தான் தீக்குச்சியை உரசி போட்டதும்
தீயாய் பிரதிபலிக்கிறது!
கட்டிடங்கள் மண் சுண்ணாம்பு மீது கொண்ட
காதலால் தான் மண் சுண்ணாம்பு சேர்ந்து
அழகான வசிக்கும் இடமாக மாறுகிறது!
ஆசிரியர் மாணவர்கள் மீது கொண்ட
காதலால் தான் மாணவர்கள்
உலகம் மதிக்கும் உயர்ந்த நிலைக்க
செல்லப்படுகிறார்கள்!
பேனா காகிதத்துள் கொண்ட
காதலால் தான் எழுதிய காகிதம்
முக்கியத்துவமாக எடுத்து வைக்கப்படுகிறது!
ஆண் பெண் மீது கொண்ட காதலால் தான்
உலகிற்கு அழகான உருவம் அறிமுகமாகிறது!
கவிஞன் வார்த்தை மீது கொண்ட காதலால் தான்
வார்த்தை வாக்கியமாக மாறி கவிதையாக
உருஎடுக்கிறது!
முன்னேறுபவன் முயற்சியின் மீது கொண்ட
காதலால் தான்
விண்ணைத்தொட விரைந்து
ஓடும் நிலை ஆகிறது!
ஒவ்வொரு மனிதனும் இரக்கத்தின்
மீது கொண்ட காதலால்தான்
பல நேரங்களில் கண் தெரியாதோர்
சாலை கடக்க இயல்கிறது!

இறைவன்
மனிதன்மீது கொண்ட காதலால்தான்
தவறுகள் தண்டிக்கப்படாமல் வாய்ப்புகள்
இரட்டிப்பாகிறது!
காதல் கொள்ளுங்கள்!
தன்னையும் காதலித்து தன்னை சுற்றி
இருப்பவரையும் காதலால் அணுகுங்கள்
வாழ்க்கை அழகாக மாறும்!

-மு. மாரிச்செல்வி

மாயமான காதல்

மறுபிறவி என்று ஒன்று இருந்தால்
இருப்பேன் உன் துணைவியாக!
என்றும் பிரித்து பார்க்காமல்
நாமென்று நினைப்பேன், ஏனெனில்;
என்ன மாயம் செய்தாயோ,
உன்னை விட்டு விலக நினைக்கும்
ஒவ்வொரு நொடியும் மரணத்திற்கு சமமாகிறது
உடல் வெவ்வேறாக இருப்பினும்,
உள்ளம் ஒன்றென்று நினைக்கிறேன்
உன் வாயோ நான் காதலிக்கவில்லை,
என பொய் கூறியபோது,
உன் அழகான விழிகளோ,
காதலின் மொழி பேசியது!
உன்னோடு கொஞ்சி விளையாடும் அற்புதமான
நாட்களை எண்ணிட,
உன் சுவாசம் என் உடலில் பட,
கோபமும் வெறுப்பும் மட்டும் கொள்கிறாயே
இதற்கு முடிவு ஏதுமில்லையா?
என் மீது இருந்த காதலின் மோகம்,
மாயமாகி எங்கு சென்றது?
ஏங்கிக் கொண்டிருக்கின்றேன் உன் அன்பிற்காக,
காத்திருப்பேன் உனக்காக, உன் அன்பிற்காக,
ஆயுள் முடியும் வரை
என்னை போல் உனக்காக
ஏங்கும் வேறோருவரை காட்டிடு
விட்டு விடுகிறேன் உன்னை நிரந்தரமாக

- லோபாமுத்ரா பாண்டா.

இணைகாதல்!

குழந்தை குமரியாகும் காதலில், நீ கொஞ்சும்
மொழிகள் கொண்டு
குமரியை குழந்தையாக்கினாய்!
வற்றாத உயிர்நதியாய் வாரியெடுத்து
அணைத்துக்கொண்டாய்
சுகம் தந்து சுழலவிட்டாய்
உன் வாழ்க்கையின் ஒரு பக்கத்தில் எனக்கான இடம்
தந்து மறுபக்கம் திருப்பிவிட்டாய்
வரிகளுக்குள் அடங்கியநான் வாசிப்பதில் மட்டும்
வாழ்ந்துவருகிறேன்
உச்சரிக்கும் உதடுகள் உனதாகும் போதுமட்டும்!
காதல் வலியை காலம் தராவிட்டாலும்
கேட்டுப்பெற்றவள்!
நான் தனியல்ல உன் அன்பின் துணை!
அனைத்து முத்தங்களும்
இணைத்திடாது இதயத்தை
நான் தனியல்ல உன் முத்தத்தின் சத்தம்!
காத்திருப்புகள் சேர்ப்பதற்கு மட்டுமல்ல
சேராததற்கும்
நான் தனியல்ல உன்அணைப்பின் இணை!
நினைவுகளை நேசித்து நித்தம்
உனை வாசிப்பவள்
நான் தனியல்ல திறக்கப்படாத புத்தகத்தின்
எழுதப்படாத வரிகள் நான்!

-மைத்ரேயி

அவள்

வலியால் வாடும்போது- என்
மருத்துவராவாள் அவள்
குழப்பங்களால் வழிமறக்கும்போது -என்
வழிகாட்டியாவாள் அவள்
பட்டமாய் நான் உயர்ந்துபறக்க- என்
நூல் ஆவாள் அவள்
நான் வெற்றிப்பெறும் போதெல்லாம்
பெருமை கொள்வாள் அவள்
தோல்வி அடையும் போதெல்லாம்
அருகில் நிற்பாள் அவள்
சோர்வை தீர்க்கும் உணவாகவும் - என்
சோகத்தை தீர்க்கும் மருந்தாகவும் அவள்
வெளியே சிரித்து உள்ளே
சிதையும்போது
சிரித்த முகத்தை பார்க்காமல் -என்
சிதைந்த நெஞ்சை படிப்பாள் அவள்
உனக்கான நேரம் அமைந்துவிட்டால்
பள்ளத்தில் விழுந்தால் கூட
பல்லக்கில் ஏறுவாய் என
கற்றுக்கொடுத்தாள் அவள்
காதலின் பொருள் தெரியாதெனக்கு - என்
காதலின் கருப்பொருளானால் அவள்
காதலிக்கப்பிறந்தேனா என அறியேன்- அவள்
காதலால் பிறந்தேன் என அறிந்தேன்
திட்டம் வகுக்கப்படாத இலக்குகள் -வெறும்
கனவுகள் என்றால் அவள்
கதையை புரட்டி பார்க்காமல்
மதிப்பிடாதே என்றால் அவள்
என் புன்னகையின் முகவரி
ஆவாள் அவள்
என் அன்பியலின் அகராதி
ஆவாள் அவள்

அவள் அவள் அவள்
என்னவள் -ஆம்
என் அன்னை அவள்.

- சா.சாய் மோனிகா

வானலவிய காதல்

வானில் உள்ள நாட்சத்திரத்தை எப்படி எண்ண
முடியதோ அது போல நான் உன் மேல்
வைத்திருக்கும் காதலை அளவிட முடியாது
காதல் என்பது அழகிய உணர்வு என்று பலர் கூற
கேட்டிருக்கிறேன் அது உண்மையில் எவ்வளவு அழகு
என்பதை உன்னை பார்த்த பின்பு உணர்கிறேன்.

-மனோசுந்தரி சந்திரன்

கவிஞனின் காதலி

வாழும் பூமிக்கு வயசாச்சு
வாலிப பெண்ணுக்கும் வயசாச்சு வாடைக்
காற்றுக்கும் வயசாச்சு - ஆனால்
மூவாயிரம் ஆண்டான முத்தமிழே
நீ மட்டும் முந்தாநாள் பூப்படைந்த புதுப்பெண்ணை
போல் சிணுங்குகிறாயே!
இதென்ன மாயமென் நெஞ்சில் ஏற்பட்ட காயம்
உன்னை வாசிப்போரின் வலியெல்லாம் சட்டென்று
நிற்கும் சாயம் தினந்தோறும் கனவில் கவினுரு
கப்பலில் உலா வரும் கனவுத்தமிழே!
நின் புகழ்பாட
இப்பிறவி போயினும்
மறுபிறவி ஆயினும்
பாட வார்த்தைகளில்லை பைந்தமிழே!
கற்க கற்க தெவிட்டாத கன்னித் தமிழே!
சுவைக்க சுவைக்கத் தீராத் தீந்தமிழே!
படிக்க படிக்க முடியாதபடி பழந்தமிழே!
தேடத் தேடக் கிடைக்காத தென்தமிழ்
தேடுவாறற்றுக் கிடக்கின்ற சுவடித் தமிழே!
நான் காதல் கொள்ளும் கன்னித் தமிழே!
உன்னை தொட்ட இடமெல்லாம் கற்கண்டாய்
இனிக்கிறதே
இதென்ன மாயம்
என் நெஞ்சில் ஏற்பட்ட காயம்
உன் தலைக்கு மணி மகுடமாய் நாயனார் குறளும்
இல்லாத இடைக்கு ஓவியமாய் மணிமேகலையும்
கெண்டைமீனன்ன காலுக்கு சிலப்பதிகாரமும்
நந்தா விளக்காய் சீவகசிந்தாமணியும்
வாடாத குவளையாய்
கம்பன் காவியமும்
திகழ்பெற எட்டு திக்கும்
உலகப் புகழ்பெற

அணிகலன்களின் அணிவகுப்பால்
ஆனந்த நடனமாடும் நற்றமிழ் நங்கையே
உனது நாயகனாக பணிபுரிய ஆணையிடு
இறைவியாக நீ
நின்னையே நினைக்கும்
துறவியாக நான்.

-ஆ.பிரகலாதன்

கூந்தலில் சிக்கியது மீசை

அவளது உதட்டுச்சாயத்தில் வசியமானான் அவன்
அவனது காந்தப்பாரவையில் ஈர்க்கப்பட்டாள் அவள்
அவளது கொலுசு சத்தம் அவனுக்கோ அலைபேசி
அழைப்பு போல
அவனது செருப்பு சத்தம் அவளுக்கோ ஐஸ்வண்டி
மணியோசை போல
கண்களால் காதல் மொழி பேச கற்றுக்கொண்டாள்
அவனிடம்
அவனது முரட்டு கைகளும் கவிப்புனைய
கற்றதுக்கொண்டது அவளிடம்
இரவெல்லாம் அவனது கனவு அவளுக்கு
பகலெல்லாம் அவளது நினைவு அவனுக்கு
மணமுடிக்க ஆசைப்பட
பெற்றோர் தடுக்க
இருவருமோ மாலையோடு
கல்லறையில்.

-ர.ஜீவலதா

முன்மொழி காதலின் பயணம்

அது இரவும் அகலாமல்
பகலும் விடியாமல் இருந்த நேரம்
தயக்கத்தின் முடிவுகட்டம்
தவிப்பின் தொடக்க ஆட்டம்
முடிவில்லா நாழிகை ஓட்டம்
சட்டென்று மொட்டுகள் பூவாகின
விண்ணைத் தாண்டா நிலவின்
கண்ணாமூச்சி விளையாட்டு
காற்றின் கருமேக நிழல்
இலைகளின் சேர்க்கையால் ஊசலாட்டம்
எந்தன் மயகத்தைத் தெளிக்க
தூவானம் வீசிய நீர்ப்பாசனம்
கடிகார முட்களின் குறும்பாட்டம்
எந்தன் ஏக்கம் கானல் நீராய் என் கண்ணிலே நீராக
அடுத்த படியாக எந்தன் முதல் படி உந்தன் முன்பு
தானடி!
ஒளிவு மறைவு இன்றி சம்மதம் மொழிப்பாயோ!

-ப.ஹரிணி

என்றும் உன் காதலியாக!

நண்பனாக அறிமுகமாகி
சிலவற்றைப் பகிர்ந்துகொண்டு இன்றோ
என்னவனாக மாறி வாழ்க்கையைப் பகிர்வாய்
என்னோடு!
சண்டைகள் சில
சமாதானங்கள் பல
காயப்படுத்தினாலும்
உன் திகட்டா அன்பினால்
சரிசெய்வாய் அது அழகு!
அன்பான அணைப்பும்
பொன்னான இதழ் இணைப்பும்
என்னிடம் நீ
கேட்கும் விதம் அழகு!
அதை நான் தர மறுக்கும்போதோ
சிறு பிள்ளையைப்போல் நீ ஏங்கும் விதம் அழகு!
கொஞ்சம் அன்பு
கொஞ்சம் அன்பு என
ஏங்கும் என் இதயத்திற்கு
போதும் போதும் என
என் நெஞ்சம் கெஞ்சுமளவிற்குக்
காதலைத் தருபவனே!
என் வாழ்வில் - நீ
எதிர்பாராமல் வந்தாயா?
நான் எதிர்பார்த்தபடி இருந்ததால் வந்தாயா? - என
என் புத்தி கேட்டபோது
என் இதயம் கூறிய பதில் :
நான் எதிர்பார்த்தபடி இருந்ததால்
எதிர்பாராமல்
என் வாழ்வில் வந்த
பொக்கிஷமென்று!
எத்தனை துன்பம் வந்தாலும்
கைவிடாமல் என்னை

உன்னவளாக மாற்ற
நினைக்குமுன் கைகோர்த்து
வாழ்நாள் முழுவதும்
வாழ ஆசைப்படுகிறேன்
மனைவியாக மட்டுமல்ல
என்றும் உன் காதலியாக!

- கா.அ.பாத்திமா ஜாப்ரின்

காவகார கருவாயன்!

கண்ணிமையில்
மைவிழியில்
ஆணவம் வழிந்தோடியது
நகராத ஊர்தியாய்
உன் பின்னே ஊர்வலம் வருகுதே
கொண்ட கர்வம் கலைத்து விட்டாய்
போகுமிடமெல்லாம் நித்தம் மந்திரமாய் ஓதுகிறேன்
உன்பெயரையே
விழி நித்திரை கொள்ளாமல் கனவுகளின் நினைவில்
உலா வருகிறேன்
பெண்மையை சீண்டியதேனோ
வருடாமல் வாட்டிடத்தானோ
நீல வானில் இருளடைத்த
கார்முகிலாய் மாறி மாரியாய் மீண்டும் உன்னில்
நுழைந்து மகிழ்ந்திடுவேன்
நீ தள்ளிப்போக துள்ளி சென்றாலும் ஏழுமலை
தாண்டி
வந்திடுவேனே
தனிமை முகிலில் பூத்த அனிச்சமே
வானவில்லாய் வந்தாய் பல வர்ணங்கள் தந்தாய்
காற்றும் கர்வம் கொண்டதாம்
நம் உறவின் ஒலி கேட்டு
ஐம்பூதங்களையும் ஓலையாய் மாற்றி ஈசன்
அனுப்பிட
வார்த்தைகள் பஞ்சமென மறுப்பு மடலாக ஈசனிடம்
முறையிட்டதுவே
மனித அன்பை நம்பியே
வெற்றிடமானேன்
புன்னகை பூவொன்றை
வாழும் காலம் வரை அள்ளி நான் தருவேனென்று
என்னிடமே வந்தாயே!

-மயூரம்

காதலின் கருணை

பாலைவனம் சிலுசிலுக்கும்
பனிமலையும் கதகதக்கும்
பட்டுப்பூச்சியும் படமெடுக்கும்
புயலும் பூப்பறிக்கும்
பூமிகூட நகம்கடிக்கும் - அவள்
முகம் பாதி என் கனவில்
மின்னலாய் வந்து போக.
அனிச்சம் மலர் எடுத்து
அருவித்தூறலில் அதைக் கோர்த்து
வானவில் வண்ணம் சேர்த்து
வண்ணமயில் தோகை மீது
பொன்னூஞ்சல் நான் படைப்பேன் – அவள்
விழி மீது இமைப்போர்த்தி
விடியும்வரை கனாக்காண.
சமுத்திரத்தை சங்குக்குள்,
எரிமலையை இமைக்குள்ளும்,
மாமலையை கைப்பிடியில்,
பால்வெளியை பொடியாக்கி
நகக்கண்ணில் நான் புதைப்பேன் - அவள்
விழியோரம் ஈரமெனச் சிறு
ஐயம் நான் கொண்டால்...
அந்த விழிகளில் நான் கனவு,
அவள் இதயத்தில் என் நினைவு
இடம் கொண்டால் அதுபோதும்,
தடை என்றால்
இமைகூட நீக்கிடுவேன் - அவளை
பூவுக்குள் வாசம்
போல் காத்திடுவேன்.

-ஓவியா குமரவேல்

உன்னவள் நான் !
என்னவன் நீ !

அவனை கண்ட நொடி
என் கண்கள் படபடத்து
இதயம் துடிதுடித்து
போனதே
என் மொழிகள்
சிதைந்து போனதே
முகத்தின் அழகினால் அல்ல
அகத்தின் அழகில்
நிலைகுலைந்து
போனேன்
காதல் கொண்டேன்
காதலே
உணர்வுகளை அறிந்து
இன்ப துன்பங்களை அறிந்து
துயரத்தில் தோல் கொடுத்து
கோபங்களை உணர்ந்து
ஆசைகளை அறிந்து
சண்டைகள் சில போட்டு
பிரிவின் துயர் அறிந்து
மீண்டும் இணைந்து
காதலில் திளைத்து
உயிருடன் உயிர் கலந்து
வாழ்க்கை பயணம் தொடர்ந்து
பொறுப்புகள் உயர்ந்து
காதல் சில காலம் மறைந்து
பிரியாமல் வாழ்ந்து
வயது முதிர்ந்து
ஒருவர் தோளில் ஒருவர் சாய்ந்து
ஆதியும் அந்தமும் மறந்து
கதைகள் பல கதைத்து

காதலோடு கவிபயணம்

இவ்வுலகை நம் கண்களால் ரசித்து
உனக்கென நான்
எனக்கென நீ
உறுதி கொண்டு
கைகள் கோர்த்து
காதல் பயணம் கொள்வோமா ?
என் காதலே .
என் கவிகளுக்கு உயிர் கொடுப்பயா ?
என்னை ஏற்ப்பயா ?
என காதலை அவனிடன் அவள் கூறினால்
அவனோ
முகத்தில் புன்னகையுடன்
அவள் நெற்றியில் முத்தமிட்டான் .
காதல் பயணம் தொடங்கியது
மகிழ்ச்சியில் ஆழ்ந்தனர் .

-அர்ச்சனா சின்னச்சாமி.

காதலின் வலிமை

காதல் கூடாதென
கருப்பு சட்டம் யார் போட்டது? நம்
கால்கள் நடமாடிட
நெருப்பு வட்டம் யார் போட்டது?
கால்கள் நடமாட பூமி பத்தாது
காதல் அறங்கேற வானும் பத்தாது
காதல் விசையன்றி பூமி சுற்றாது
பூமி நின்றாலும் காதல் நிற்க்காது
கற்பனை உலகம் கண்ணில் தெரியும்
கண்டு களிப்போம் வா,
கைவிரல் சிறகாய் விரிந்தே பறக்கும்
விண்ணில் மிதப்போம் வா.
வானப் புல்வெளியில் வசந்தம் தேடி
மெல்ல நடப்போம் வா,
மேகப் பஞ்சினை மெல்ல பிடித்து
மெத்தை விரிப்போம் வா.
மங்களத் தாரகை மணிவிளக்கேற்றி
ஒளிபெற செய்வோம் வா,
தங்க நிலவினில்
தண்ணீர் நிரப்பி
உயிர்பெறச் செய்வோம் வா.
காதல் மலரின் வாசம் வலியது
கடல் கடந்தும் வீசும்,
காதல் உறவே புனிதமானது
காவியமாய் பேசும்.

-ரா.ராஜேந்திரன்

என் நினைவுகளில் என்றும் நீயே!

உன்போல் என் மீது கோபம் கொள்ளாத
சித்திரையைக் காதலிக்கிறேன்
உன்னை எனக்கு அறிமுகப்படுத்திய வைகாசியைக்
காதலிக்கிறேன்
சங்கராந்தி தந்து உன்னைப் பார்க்கச் செய்த
ஆனியைக் காதலிக்கிறேன்
என்றாவது ஒருநாள் என் அருமையை உனக்கு
உணர்த்தும் ஆடியைக் காதலிக்கிறேன்
உன்னையும் என்னையும் சேர்க்கப் பாடுபடும்
ஆவணியைக் காதலிக்கிறேன்
உன்னிடம் உள்ள நெருக்கத்தைக் குறைத்த
புரட்டாசியைக் காதலிக்கிறேன்
அடை மழையாய் உன் நினைவுகளை என்னுள் தந்த
ஐப்பசியைக் காதலிக்கிறேன்
விண்மீன் நட்சத்திரத்தைப்
போல் உன் தோற்றத்தை உணர்த்தும்
கார்த்திகையைக் காதலிக்கிறேன்
உன்னைக் காணும் போதெல்லாம் என் மனதைக்
குளிரால் உறையச் செய்யும் மார்கழியைக்
காதலிக்கிறேன்
என் காதலை உன்னுள் அறுவடைச் செய்யும் தை
மாதத்தைக் காதலிக்கிறேன்
இரவெல்லாம் தூங்காமல் உன்னுடன் கதைப் பேச
உதவும் மாசி மாதத்தைக் காதலிக்கிறேன்
உன்னுடைய காதலை என் மீது வீசும் பங்குனி
வெயிலைக் காதலிக்கிறேன். உன்னைக்
காதலித்தால் தான் நீ ஏற்பாயா என்ற ஐயம் கொள்ள
வேண்டும்
இவற்றைக் காதலித்தால் நீயே என்றும் என்
கனவுகளில் நிறைந்து இருப்பாய் அதுவே எனக்கு
போதும்.

-பூமிகா பன்னீர் செல்வம்

தொலைதூரக் காதல்

அலைபேசியில் தொடங்கி -
தொடுதிரையில் தொடர்ந்தது
அலைமோதிய அழைப்புகள்
அடுத்தடுத்த எசப்பாட்டு பகிர்வுகள்
இனம்புரியாத இடைவெளியில்
இணை(த)யம் புரிந்த இடைவேளை -
இனியும் இந்த உறவு தொடர்ந்தால்
இது தொல்லை எனத் தோன்றி
அவர்கள் தள்ளி நிற்கையில்
தொலைந்து தான் போன
தொலைதூரக் காதல் - தன்
தேடலின் முடிவில் கேட்கிறது
தொடர்பு எல்லைக்கு வெளியே
எப்போதும் தொடர்கதையாக!

- ரேகா ராமச்சந்திரன்

கார் மேகம் கழுத்தறுக்குமோ!

அன்று காத்திருந்தாள் கண்மணி,
கள்வன் எனக்காக
ஒருமுறையாவது இருஜோடி
விழிகளும் சேரும் என்று
எதிர்பார்த்த அவளுக்கு,
ஏமாற்றம் மட்டுமே நானளித்த பரிசு
முழு தவறும் என் மீதிருக்க,
நானேன் சூழலை குறைகூற வேண்டும்?
பிறகு நாட்கள் நகர்ந்தது
இன்றும் காத்திருக்கிறாள் கண்மணி,
கள்வன் எனக்காக
இன்றாவது நான்,
அவள்
கண்களுக்கு விருந்தளிக்க பார்க்கிறேன்
ஆகா!
வானம் கருக்கிறதே,
இடையில் கார்மேகம் கழுத்தறுக்குமோ!

-க்ரிஷ் பாலா

ஒருதலை காதல்

உலகமறியா உணர்வு,
இனம் புரியா இயைபு,
அவள் பார்வை ஒன்றே போதும்,
அணுமின் நிலையம் உண்டாக்கும் ஆற்றல்,
அவளிடத்தில்
வார்த்தைகள் இல்லை வர்ணிக்க,
கண்ணியம் மிக்க காதல் உறவு,
அவள் இருந்துமே நான் இங்கு துறவு
கனவுகளில் கழகம் செய்வாள்,
கவிதைகளாய் கலவரம் செய்வாள்
புத்தகம் தொட பயந்த என்னை,
புராணம் எழுத வைக்கிறாள்,
தேடி அழைந்த தேவதையவள்,
தேகமெங்கும் திளைக்கிறாள்
உன் கண்ணசைவிற்காக காலமும் காத்திருக்கும்
கடனாளி நான்,
உம் வார்த்தைகள் செவி நுழைய செய்வதரியாதவன்
நான்
உந்தன் பெயர் உச்சரிக்க ஒத்திகை பார்த்து,
அனுமதி கேட்கிறேன் நான்
அழகின் அரசியே உனை அள்ளி கொள்ள ஆசை
தான்
ஆர்ப்பரிக்கும் உன் அழகின் முன்
அடக்கமிட்டு அமைதி அடைவதை விட வேறேதும்
வழியுண்டா?
அதீத அன்பும் ஆபத்து தான் போல
சுய நலமற்று,
சுய அறிவற்று, சுகம் என உனை தேடி,
தோன்டுகிறேன் சுரங்கம்,
எனக்கென நானே
வேலிகளிட்டு காத்த இதயமும்,

காதலோடு கவிபயணம்

இன்று வேடிக்கை பார்க்குதடி உனை,
சோலி உருட்ட சோம்பல் படும் தனை
தாலி கட்ட கூச்சலிடுதடி எனை
கட்டற்று கிடந்த என்னை கவிஞன் ஆக்கிய சாபம்
ஏனோ உன்னுடையதடி
வாழ்க்கைக்கு போராடிய எனை, வார்த்தைக்கு
போராட வைத்து விட்டாயே!

-மாதவன்

காதலின் மடியில்

சோம்பல் தீர
ஒரு புன்னகை போதும்
சிறு உலகை உள்ளங்கையில் சுமந்து காற்றினில்
கலந்த படி
கலப்படமில்லா காதல் சுவையினை
ருசித்திட
நினைவுகள் மறந்தும்
கனவுகள் கலைந்தும்
நிகழ்வின் நிழலில்
நினையாமல் கடந்து போன
காதல்!!

-A.Narmadha

என் காதல் காவியம்

வேட்கைப் பூத்த வயதினில்
வெப்பம் தந்து வாட்டிய குளிரே !
வெள்ளியன்று உன் கோவில் வருகைக்காய்
வாரமுழுதும் ஆவலாய் காக்கவைத்தாயே !
பட்டுடுத்திய அம்மன் ஆன்மீக தரிசனம் தந்தால்
பத்துரூபாய் பொட்டுவைத்து என் அன்னம் அழகு
தரிசனம் தந்தாள் !
அருள் வழியும் உன் விழிச் சுழையினில்
ஆழ்ந்துக் கிடந்தேன் என் காதல் வலையினில் !
உன்னிடம் பேசவரத் தயங்கிய எனக்கு
உராயும் கோலிக்குண்டாய் மயக்கிய உன்
கருவிழியே நினைவிருக்கு !
அஞ்சு ரூபாய் கொடுத்து
பஞ்சு மிட்டாய் திண்ண அழகுல
நெஞ்சை தீயாய் கொழுத்தி
நீ வஞ்சமில்லாம கொன்ன போதுல
குழந்தையாக மாறிப்போய் சஞ்சலங்கள்
கண்டதுண்டு !
நான் படிச்சு பெரியாளாக
புத்தகம் நான் தொட்டதில்ல
உன்னப் பிடிச்சுப் போனதுல
நான் வித்தகனா ஆனதுல பெத்தவங்களுக்கோ
அதிர்ச்சி தாங்கல
மத்தவங்க மெச்சுன பேச்சுல !
கண்மணி உன்னக் கரம்பிடிக்க
பொன்மணி உனையே வரம்பதிக்க
பாடுபட்டு பள்ளி முடிச்சேன்
ஏடு தூக்கி கல்லூரி முடிச்சேன் !
வருஷம் ஆறாகிப் போனாலும் - என்
மனதும் ஆறப்போறது இல்லனு தெரிஞ்சதும்
தினமும் அரச்சொல்லா சொல்ல நினைபேன்

ஏனோ அல்லி உனக்கண்டு பின்னடைவேன் !
நான் உனக்காக காத்திருக்கிறத
நீயே பலமுறை பார்த்திருக்க
உன் மையிட்ட கண்மணி பேசுவது என்னிடமா என்று
உன்னிடம் மையலிட்ட எனக்கு தோன்றுவது
இயல்பாச்சு !
இன்னும் நாலுவருஷம் ஓடிப் போச்சு
எனக்கு வரன் தேடுற காலமும் ஆச்சு
உன்னச் சொல்லமுடியாம தவிச்சேன் - காலம்
தள்ளமுடியாம முழிச்சேன் !
பூவைக்கிற நேரம் அந்தப் பூந்தேவியிடம்
புள்ளிவிடாம சொல்லிடனும்னு
பூமாதேவியை விடுத்து புண்ணியதேவியைப்
பார்த்தேன்
காதலெனக்கு முத்திப் போச்சோ !
கண்ணுதான் எனக்கு கெட்டுப் போச்சோ !
கோரப் பல்லைக் காட்டிச் சிரிப்பதை - முதல்முறை
ஓரப் பார்வை இல்லாம நேராப் பார்த்தேன் !
அடுத்துக் கடந்த ஆறுமாதம் - அதிர்ச்சி
அளித்து நகர்ந்துப் போச்சு !
வேலைமுடிஞ்சு எப்போ வருவிங்கனு - நீ
கேட்டு முடிச்ச இப்போது கூட - இவையாவும்
நேத்து முடிஞ்ச மாதிரி கண்ணுக்குள் ஓடுது எனக்கு !

- த. சிந்துகவி

ஆசை அத்தானே!

காதல் ராசாவே கவலைப்படாத யா, காதலிச்சது
உன்னத்தான்,
காசு பணத்தை அல்ல,
கரிக்கஞ்சி உத்தர யா,
கருவாட்டு குழம்போட,
கண்ணுக்குள்ள வச்சு பாத்துகுவ,
மண்ணோடு நா போகும் வரை,
புள்ள குட்டி வந்தாலும் பொத்தி உன்ன
பாத்துக்குவே...!
நீ நடந்து போகையில நிக்கிறவ நோட்டமெல்லா
உன்பக்கம் திரும்புதையா,
சுத்தி கண்டவ கண்ணெல்லாம்
படுதுன்னு முச்சந்தி மண்ணெடுத்து
தினம் உன்ன சுத்தர யா...!
களைச்சு போய் இருக்கையில,
ஏ புள்ள இங்க வா என அழைச்சா,
உன் புள்ளையோட வந்து உங்கிட்ட உட்காருவே யா,
எங்கிட்ட நீ இருக்கையிலே வெறுங்கையோட
இருந்தாலும், வெள்ளந்தியா சிரிப்ப யா..!
தங்கமே உன் கையால தாலிக்கயிறு நீ தந்தா,
வெறும் வயித்தோட உங்காம இருந்தாலும்,
வீரப்பா சொல்லுவ யா புருச கூட இருக்கனு,
கவலை ஏது இல்லாம காலத்தை கடந்துருவ,
உன் கை கோர்த்துகிட்டு உங்கூட நான் இருந்தா!

- வெற்றி

தாயின் அன்பு

அன்பின் அரவணைப்பு
அக்கரையில் வெளிப்பாடு
அற்புதங்களின் அரசி
ஆக்கிரமிப்புகளின் செல்வம்
ஆயிதங்களின் சாகசம்
ஆனந்த கூட்டத்தின் தலைவி
இனிமையின் எதார்த்தம்
இரக்க மனதின் எல்லை
இன்பக் கடலின் ராணி
என்றென்றும் என் தாயே நீயே!
என்றும் நீ எனக்காய் பிறந்துடுவாயே!

-அஜித்

நானும் முடிவில்லா உன் நினைவுகளும்

வருடஙகள் கடக்கிறது விரைவாக
உன் நினைவுகள் ஏனோ கடக்கவில்லை என்னை?
நீ என்னவன் இல்லை என்று தெரிந்தும்!
பித்து மனம் ஏங்குகிறது என்னவன் ஆவாயா என்று!
பல யுகங்கள் ஆனாலும் காத்திருப்பேன் உன்னிடம்
பேசுவதற்கு
ஏனோ என் யுகஙகளின் காத்திருப்பை
உடைத்தாயடா?
நான் யாரோ என்று
நீ கூறிய வார்த்தையில்?

- செ.சரோஜினி பிரியா

பட்டாம்பூச்சி காதல்

தூரம் நின்று ரசித்தேன்
துரத்தி சென்று பிடித்தேன்
மனக்கூண்டில் போட்டு அடைத்தேன்
பட்டாம்பூச்சி காதலை
பட்டாம்பூச்சி சிறகடிக்க
தூக்கம் கெட்டது ராவிலே
கைப்பேசியில் அழைக்குது காதலே
கதைகள் பேசி முடிக்கையில்
கடிகார முள் மணி ஆறிலே

-ந.விஷ்ணு

அவளும் அழகும்

பெண்ணே ,
புத்தக ஏட்டை மட்டும் புரட்டாதே
அதில்இருப்பது வெறும் எழுத்துகள் தான்
என் கவிதை ஏட்டுகளையும் பார்
அதுஉன்னையே நினைத்து
உருகி எழுதிய
"உயிர் எழுத்துக்கள் "
தாஜ்மஹால் அழகு தான்
பூத்த ரோஜா கூட அழகு தான்
புள் மீது பனித்துளி கூட அழகு தான்
வானத்தில் வரைந்த
வானவில் கூட அழகு தான்
எல்லாமே அழகு தான்
அனைத்திலும் நீ அருகில்
நின்றால் எல்லாமே
"பொய் அழகு" தான் !

- சக்திவேல்

நினைவோடு நீ

கலைகளில் கவிப்பாடும்
என் காதலனே
காலத்தில் கரையாத
உன் நினைவு- என்
பின் தொடரும்
அழியா காவியமாக
அன்பில் இணையும்
இதய துடுப்பில்
உன்னுடன் நான் மட்டும்
இவை கரை சேரா
கதை என்னுடையது
இடையில் எவர் உண்டு
என அறிந்திட எண்ணம்
உன் திருமணத்தில்
உயிரில் கலந்தவன்
உரிமை ஆகிறான்
என் முன்.

-கோ. சபரீஸ்வரி

கனவின் உருவம் நீ

என் கனவில் வந்து என்னை கடத்திச் சென்ற
கள்வனே;
உமது பேச்சின் பிடியில் சிக்கிக் கொண்டேனடா!
உனது இருவிழிகள் எனது கருவிழியின் நடுவே
ஓவியம்!
உனதுஅன்பிற்கு அடிபணியும் அடிமை ஆனேனடா!
என்னவனான உன்னை வர்ணிக்க வார்த்தைகளே
இல்லை!
உன் முகம் காண என் மனம் துடிக்கிறதே !
நீ எங்கு இருக்கின்றாய் என்று தெரியவில்லை,
ஆனால்,
உன் நினைவில் நான் இங்கு இருக்கின்றேன்
என்பதை மறந்து விடாதே!
உனக்காக நான் காத்திருப்பேன் உன்னைக் காணும்
காலம் வரும் வரை;
கனவின் நினைவோடு!

-வே.கனிமொழி.,

கனவு காதலன்

விலக மறுத்த சூரியனை வியக்க வைத்த பொழுது,
கதிர்களுடன் கண்ணாமூச்சி ஆடிய ஆலைவிழுது
நதிகள் மீன்களுடன் போட்டியிட்டு ஓடிய சத்தம்,
சற்று முன்னரே மலர்ந்த பூக்களுக்கு தேனிகள் இட்ட
முத்தம்
இவைகளுக்கு இடையில்
இலைகளில் படர்ந்துள்ள பனித்துளி போல்,
என்னவன் மேல் நான் படர ஆசை!
அது ஒரு பொன் மாலை பொழுது
பூக்களுக்கும் ஜோடி இணைந்த நேரம்,
அதன் இதழ்கள் உரசிக் கொண்ட சாரம்,
இருமனம் இணைந்தாப் போல்,
அவ்விரு புஷ்பங்களும் இணைந்து கொண்டிருந்த
தருணம்
வானவில் சரிந்தாப் போல் பொன்வண்டு வந்து
தடுத்தது
நாணத்தில் அப்புஷ்பங்கள் இடம் விலகின,
மனம் மகிழ்ந்தன,
அக்காட்சி, என் விழிகளில் விழுந்தது,
மனதைப் பறித்தது
புன்னகை பூத்த இதழ்களுடன் சற்றே திரும்பினேன்
திசை மறந்தது,
பாதை மறைந்தது,
மனம் பதைத்தது,
உடல் வியர்தது,
இதழ் துடித்தது
அவன் தேவலோக மனிதன் அல்லன்
என் தேவையை பூர்த்தி செய்ய பிறந்தவன்
மங்கை மனம் திருடும் கள்வன் அவன்
என் இதயத்தை திருடியவன்
மலர் சிந்தும் தேன்துளி சுவையென
நான் கண்டதில்லை

காதலோடு கவிபயணம்

அவன் கடைக்கண் பார்வை என் மீது வீசிய தருணம்,
உப்பின் சுவை கூட இனித்தது
பாகையும் அமிர்தமென திகழ்ந்தது
என் விழி பார்க்கும் இடமெல்லாம் மலர் கண்காட்சி
அவன் விரல்பட்ட இடமெல்லாம் அமரும்
பட்டாம்பூச்சி
எனக்கோ சற்று கோபம் கலந்த பொறாமை
அவன் மேல் விழும் சிறு துகள் கூட நானாக
வேண்டும் என்ற பிரியம்
அவனை என்னைத் தவிர, யாரும் அதிகமாக
காதலிக்க முடியாது என்ற கர்வம்
கண்கள் கலங்கியது,
இவை கனவாக போய்விடுமோ என்றெண்ணி சிறிய
நடுக்கம்
அவன் தாய் என்னைக் காட்டிலும் அவன் மீது அன்பு
கொண்டவள்
கர்வம் உடைந்தது, இருப்பினும் ஆசை பெருகியது
அவன் கடைக்கண் பார்வைக்கே இத்தனை மாற்றம்
என்றால்,
அவன் விழி பார்க்கும் இடமெல்லாம் நான் இருந்தால்,
அவன் இதயத்தில் எனக்கொரு கூடு இருந்தால்,
அதில் எனக்கென ஒரு இடம் இருந்தால்,
என் மேல் உயிராக அவன்
இருந்தால்,
எத்தனை மாற்றங்கள் என்னை வந்தடையும்!
அவன் சற்று புன்னகைத்தால், நான் மலராய்
மலர்ந்திடுவேன்,
அவன் ஒருநேர செய்கையால், நான் என்னையே
மறந்திடுவேன்,
அவன் விழி சிறிது கலங்கினாலும் கூட,
நான் முழுவதும் உடைந்திடுவேன்,
வலி அறியாத அவன் என் விழி அறியும் தருணம்,
விழி காதல் மலரும் சாதனம்!
இன்றில்லை தலைவா,

என்றேனும் உணருவாய் என் காதலை
அன்று நானிருப்பது உறுதியில்லை,
அன்றும் என் காதல் வாழும் என்று கருதி இன்றும்
வாழ்கிறேன்!

-சுபஸ்ரீ ஆண்டமுத்து

மழையோடு என் கவியும்

மழைக்கவியே,
உன்னை பெண்ணாக பாவித்த
மனிதர்களிடத்தில் புதிய புரட்சி
கொண்டு வந்துள்ளேன்
உன்னை அப்பெண்ணுக்குத் துணையாக்கி!
தாய் பத்துமாதம் வயிற்றிலே சுமக்கிறாள்,
தந்தையோ, தாயையும் சேர்த்து ஆயுள் முழுவதும்
தன் நெஞ்சிலே சுமக்கிறார்,
நீ என் தந்தைக்கு ஈடானவன்
கவியே,
நீ யார் மீது கொண்ட காதலால் இவ்வண்ணம்
நடக்கிறாய்?
காதடைக்கும் மத்தளம் கொட்டி,
கண் பார்வைப் பறிக்கும்
விளக்கை ஏற்றி,
யாரைப் பெண் கேட்க செல்கிறாய்?
அவள் குரல் உன் இன்னிசையினும் சிறந்ததா?
அவள் முகம் வெண் மேகத்தினும் ஒளி மிகுந்ததா?
மண் வாசம் கொண்ட உன்னை
தன் வசம் ஈர்த்தவள் யார்?
சொல் கவியே?
ரதியின் மறுபிவியா? இல்லை,
உந்தன் நலம் விரும்பியா?
ஆசைகள் கலைந்ததால்
நீயும் கலைகிறாயா
இல்லை, அவள் முகம் பார்க்க நாணம் கொண்டு
உன்னை மறைக்கிறாயா?
என் ஆசையோ,
மன்னவனுடன் இணைந்து
உன்னில் நனைவதே
உன் ஆசையை சொல்லிடுவாயா?

யவரும் அறியாத உன் ஆசையை சொல்லிடுவாயா ?
உன் வடிவு கார்முகில் என கலங்கிடாதே,
கருப்பினும் சிறப்பு எதுவுமில்லை
இம்மண்ணில் ஈடு எதுவுமில்லை
மழைக்கவியே காத்திரு,
இவ்வுலகை வாழச் செய்பவன் நீ,
வளரச் செய்பவன் நீ
உன் மனம் கவர்ந்த ஒருத்தி, உன்னை
வாழச் செய்ய வருவாள்,
சுட்டிக்கவியைத் தருவாள்!

-சுபஶ்ரீ ஆண்டமுத்து

வாசகர்களுக்கு நன்றி...!

வாசகர்களாகிய நீங்கள் இப்புத்தகத்தை படித்தவுடன் , நீங்கள் அன்பு கொண்டவரை நினைத்திருந்தால் அதுவே நாங்கள் பெற்ற பேறு ; அதுவே எங்களுக்கு பெருமகிழ்ச்சி. உங்கள் அன்புடையோருடன் செல்ல சண்டைகளும் அன்பு பரிமாணங்களும் புரிந்து வாழ்க்கை பயணத்தை இனிமையாக வாழ்ந்திட வாழ்துகிறோம்!

வாழ்த்துக்கள்!!!

www.ingramcontent.com/pod-product-compliance
Lightning Source LLC
LaVergne TN
LVHW100830051026
849519LV00006B/2242
* 9 7 8 9 3 5 5 3 3 2 7 6 9 *